கனவுப்பிரதிமை

விஜி வெங்கட்

படைப்பு பதிப்பகம்
#8, மதுரை வீரன் நகர்
கூத்தப்பாக்கம்
கடலூர் - தமிழ்நாடு
607 002
94893 75575

நூல் பெயர்	:	கனவுப்பிரதிமை (கவிதைகள்)
ஆசிரியர்	:	விஜி வெங்கட்
பதிப்பு	:	முதற்பதிப்பு 2021
பக்கங்கள்	:	98
வடிவமைப்பு	:	முகம்மது புலவர் மீரான்
அட்டைப்படம்	:	படைப்பு டிசைன் டீம்
வெளியீட்டகம்	:	இலக்கிய படைப்பு குழுமம்
அச்சிடல்	:	படைப்பு மீடியா நெட்வொர்க்ஸ், சென்னை
வெளியீடு	:	படைப்பு பதிப்பகம்
பதிப்பாளர்	:	ஜின்னா அஸ்மி
விலை	:	ரூ 100

Title	:	Kanavu Pirathimai (Poems)
Author	:	Viji Venkat
Edition	:	First Edition - 2021
Pages	:	98
Printed by	:	Padaippu Media Networks, Chennai
Publishing Agency	:	Ilakkiya Padaippu Kuzhumam
Published by	:	Padaippu Pathippagam
Website	:	www.padaippu.com
E-mail	:	admin@padaippu.com
ISBN	:	978-81-950764-7-5
Price	:	₹ 100

பதிப்புரை

ஜின்னா அஸ்மி, பதிப்பாளர்
படைப்பு குழுமம்

கனவுகள் எப்போதும் நிஜங்களை விட அழகானவை. கனவுகளைத் தரிசிக்கும் கண்களின் ஒளி இருளில் கூட பிரகாசமானது. கனவில் கூட நினைத்துப் பார்க்க முடியாது இரவில் சூரியன் வருவதை, ஆனால் இரவில் வரும் சூரியனைக் கூட கனவில் பார்த்து விடமுடியும். அவை அத்தகைய வல்லமையைப் பெற்றவை. நமக்குள்ளே வந்தாலும் நமக்கு மட்டுமே வந்தாலும் நம் கண்களுக்கு மட்டுமே காட்சி தந்தாலும் கனவை நம்மால் சொந்தம் கொண்டாட முடியாது கடவுளைப் போல. இச்சமூகம் பற்றியும், மனிதகுல வாழ்வைப் பற்றியும், அவர்களின் கலாசாரம், பண்பாடு, வாழ்வியல் சார்ந்த அனைத்து நிகழ்வுகளைப் பற்றியும் நாம் காணும் கனவே மிக உயர்ந்த கனவு. அப்படிப்பட்ட கனவுகளைக் கண்களில் அல்லாமல் கையிலேந்திக் கொள்ள விழையும் கவிதைகளாகத் தொகுத்திருப்பதே 'கனவுப் பிரதிமை' எனும் நூல். இதில் உள்ள ஒவ்வொரு கவிதையும் எளிய நடையில் இருப்பதும் அது வாசிப்பவர்களின் மனதில் மௌனமாய் நுழைந்து கனா போலக் காட்சிகளாக விரிந்து செல்லும் என்பதும் இந்நூலின் மிகப்பெரும் பலம்.

புதுக்கோட்டையைப் பிறப்பிடமாகவும், ஹைதராபாத்தை வாழ்விடமாகவும் கொண்ட படைப்பாளி விஜி வெங்கட் அவர்களுக்கு இது முதல் நூல். இவர், இன்றைய இலக்கிய உலகிலும், பத்திரிகை மற்றும் இதழ்களிலும் தன் படைப்புகளாலும், பட்டிமன்றங்களாலும், சொற்பொழிவுகளாலும் நன்கு அறியப்பட்டவர். 'இலக்கியச் சுடர்', 'செந்தமிழ்ச் செம்மல்' விருதுகள் உட்படப் பல விருதுகளைப் பெற்றிருக்கிறார்.

எமது படைப்பு பதிப்பகத்தின் மூலமாகத் தனது நூலை வெளியிட முன்வந்த படைப்பாளி விஜி வெங்கட் அவர்களுக்கும், அணிந்துரை வழங்கிய கவிஞர் ஆரூர் தமிழ்நாடன் அவர்களுக்கும், வாழ்த்துரை வழங்கிய கவிப்பேரரசு வைரமுத்து அவர்களுக்கும், கவிஞர் அருண் பாரதி அவர்களுக்கும், அட்டைப்படம் மற்றும் நூல் வடிவமைத்த படைப்பாளி முகம்மது புலவர் மீரான் அவர்களுக்கும் மற்றும் இந்நூல் வெளிவர உதவிய அனைவருக்கும் படைப்பு குழுமம் தனது நன்றியைத் தெரிவித்துக் கொள்கிறது

வளர்வோம்...! வளர்ப்போம்..!!

வீணை கசியும் எழுத்து

ஆரூர் தமிழ்நாடன்

கவிதாயினி விஜி வெங்கட், ஹைதராபாத்தில் இருந்தபடியே தமிழ் கூவும் இலக்கியக் குயில். இவர் நம் புதுக்கோட்டை மாவட்டத்தில் மலர்ந்த இலக்கிய மலர். கவிவேந்தர் மு.மேத்தாவின் கவிதைகளைப் பட்டப் படிப்பிற்காக ஆராய்ந்து, தன் உயரத்தை மேலும் உயர்த்திக்கொண்டவர். அவரது இலக்கியக் கொடி விண்ணை அளந்துகொண்டிருக்கிறது.

தெலங்கானா மாநிலத்தைத் தமிழால் நனைக்கும் தங்கமேகம் இவர் ஏறாத மேடை இல்லை. பங்கேற்காத ஊடக அரங்குகளில்லை. இவருடைய கவிக்குரலைக் கேட்காத செவிகளுமில்லை. ஏனெனில் கவிதாயினி விஜி வெங்கட்டின் விலாசம் விசாலமாக இருக்கிறது. அது புரட்சிக்கவிஞர் பரிந்துரைக்கும் மானுடப் பார்வை கொண்ட விசாலம்.

குடும்பத் தலைவியாக இருந்து கொண்டே தமிழ் வளர்க்கும் இவர், தன் குடும்பத்தையும் கலைக்கோயிலாக வைத்திருக்கிறார் என்பது பாராட்டுக்குரியது. இசையும், நடனமும், கவிதையும், இலக்கியமும் கமழும் இவரது சாம்ராஜ்யம், குடமுழுக்கு நடத்தும் குறிக்கோளோடு தமிழன்னையின் திருக்கோயிலுக்குச் சாரம் கட்டுகின்றன. இவரது அத்தனை கலை வித்தகத்துக்கும் இவர் கணவரும் பிள்ளைகளும் உறுதுணையாக இருந்துவருவது இவர்பெற்ற பேரின்பப் பேறாகும். இவரது பிள்ளைகளும் அம்மாவுக்குத் தப்பாத அற்புதங்களாகச் சுடர்கிறார்கள்.

இலக்கிய உலகிற்கு நன்கு அறிமுகமான விஜிவெங்கட், இப்போதுதான் தன் முதல் கவிதைத் தொகுப்பைத் தயாரித்து, அன்னைத் தமிழுக்கு ஆசையோடு அறிமுகம் செய்கிறார். 'கனவுப் பிரதிமை' என்னும் இவரது இந்த முதல் தொகுப்பே முத்திரைத் தொகுப்பாக மலர்ந்து, சொல்ல முடியாத இலக்கிய இன்பத்தை அள்ளிக்கொடுக்கிறது. கலையழகு ததும்பும் கவிதாயினி விஜி வெங்கட்டின் அத்தனை எழுத்திலும் வீணை கசிகிறது, அதனால் இவரது கவிதை ஒவ்வொன்றும் மனதில் இசையாய் இழைகிறது.

இந்தத் தொகுப்பிற்குள் கண்களால் நடந்தபோது, மழைச்சாரல் மனதை நனைத்துக்கொண்டே இருந்தது. பக்கத்திற்குப் பக்கம் பரவசம் பொங்கியது. புதிய பார்வை, புரட்சிகர நோக்கம், மனித நேயம் என இலட்சிய எல்லைகளுக்குள் இவரது எல்லா எழுத்துக்களும் இயங்குவது பெரும் சிறப்பாகும்.

கனவுப்பிரதிமை
விஜி வெங்கட்

பலம் என்ற கவிதையில் தனது பலம் தெரிந்தும் போராடாத மனிதனுக்காக இவர்...

தன் 'பலம்' அறிந்தும்
போராடாத 'களிறோ' மனிதனோ
பிச்சை எடுக்க வைத்துவிடுகிறது
உலகம்.

என்று சுயமரியாதையின் அவசியத்தை வெளிப்படுத்துகிறார்.

•

அழகியலை ஆராதிக்கும் கவிஞர், காதலின் ஆழங்களில் நீந்தி நீந்தித் தானே பேரன்பாய்ப் பிரவாகம் எடுக்கிறார். சகடம் போல் உருண்டு மீண்டும் காதல் வீழ்த்துகிறது என்கிறார்...

உதிரும் இலைகளைப் போல்
தரை விழுந்த அகங்காரம்
தலை சரிந்து மாய்கிறது.
உருளும் சகடமென
ஏந்தும் அன்பிற்காய்
அச்சாணி தேடுகிறேன்
என்னில் நான் வாடுகிறேன்

இத்தகைய இவரது மெல்லியல் கவிதைகள் ரசனைக்குரியன.

இவரது இன்னொரு காதல் கவிதை...
என் கண்மூடித்தனமான
முடிவுகளுக்குள்ளே
நடக்கும் நேர்மறை, எதிர்மறை
வாதங்களில் இலைமறையாக
உன்னை மட்டுமே ஜெயிக்க வைக்கிறேன்

என்று உருகுகியபடியே உள்ளம் உருக்குகிறது. ஜெயிக்க வைத்துத் தான் தோற்பதாக சுட்டிக் காட்டியதே தீராக் காதலைச் சொல்கிறது என்றால், அந்த ஊடலுக்கான வாதம் இருபக்கமும் நேர்மறையாக அமைந்தால் நிலமை எப்படி இருக்கும் என்று சிந்திக்க வைக்கிறது. அடுத்து, இதே கவி நுட்பத்தோடு, எழுதப்பட்ட

இன்னொரு கவிதை...

> எந்தப் பதிலும் இல்லாமல்
> முள்ளிலிருந்து விடுபட்டும்
> வெளியேற முடியாமல்
> மீண்டும் சிக்கிய இடத்திலேயே
> மாட்டியிருக்கிறது
> தானே பற்றிக்கொண்டு
> மனச்சிறகு

என உள்ளே இருக்கும் உணர்வு நரம்புகளைத் தீண்டியபடியே மிதந்து செல்கிறது. பரமபதம் கவிதை போல் மனச்சிறகு கவிதையும் காதலைச் சொல்கிறது. ஒவ்வொரு வரியிலும் தேன் சொட்டுகிறது.

இந்தத் தொகுப்பில் விவாதக் களத்திற்கான கவிதைகளையும் வைத்துப் புதுமை காட்டியிருக்கிறார் விஜி வெங்கட். அதில் ஒரு கவிதையில்...

> பகுத்தறிவில்லாதவர் வகுத்த
> விதிவிலக்குக்கும் விதிக்கப்பட்ட
> பெண்ணியச் சட்டங்கள்
> ஒவ்வாப் பிழைகள்.
> பேனா முனைகள் உடைபடுவது
> எழுதிய தீர்ப்புக்குப்பின்
> மட்டும் அல்ல
> எழுதக்கூடாத மனித மீறலுக்கு
> முன்னுமாகவும் அமையட்டும்.

என்று வீறுமிகும் பெண்ணியத்தைப் பிரகடனம் செய்து, ஆழ்மனம் வரையில் மாய அதிர்வலைகளை ஏற்படுத்துகிறார்.

இதில் வெளிப்படும் ரௌத்திரம் வணங்கத்தக்கது.

கொரோனாக் கால நிகழ்வுகளையும் சிந்தனைகளையும் இலக்கியத்தில் ஈரமாய்ப் பதிவு செய்திருக்கும் கவிஞர்,

> ஒன்று கரைந்தது; ஆணவம்
> ஒன்று கிடைத்தது; அமைதி

ஒன்று உணர்ந்தது; அடிபடைத் தேவை
ஒன்று அழிந்தது; வேற்றுமை!

என்று எதிர்மறைக் காலத்தையும் நேர்மறையாகப் பார்த்து, இருளில் இருந்தும் வெளிச்சம் தயாரிக்கிறார். இந்தப் பார்வையே, உலகின் கண்களுக்கு உடனடித் தேவை.

•

குடும்பத் தலைவிகளின் மீது ஈரப் பார்வை வீசும் கவிஞர், அவர்களை..

'போதிமரங்களின்
அடியில் அமராத
பெண் புத்தர்கள்
ஆசைகளைத் துறந்த
அமுதசுரபிகள்
எதையும் என்றும்
யாசிக்கத் தெரியாத
பரமாத்மாக்கள்'
என்றும்
சுமை சுமக்கும் சும்மாடுகள்

என்றும் வர்ணித்து, அவர்களின் நிலையையும் அவர்களின் உயர்வையும் உயர்வுசெய்கிறார். இந்தக் கவிதையைப் படிப்பவர்கள், தங்கள் வீட்டுக் குடும்பத் தலைவிகளுக்கு மதிப்போடு மனக்கோயில் கட்டுவார்கள் என்ற நம்பிக்கை தானாக எழுகிறது.

பல்வேறு பாடு பொருள்களைத் தனது பார்வையின் ஊடு பொருளாக்கும் கவிஞர், அரசியல் அநீதிகளைக் கண்டு பொறுப்பாரா? எடுத்துக்காட்டுக்குச் சொல்வதானால், தேர்தல் திருவிழாக்கள் என்ற தலைப்பிலான கவிதையின் ஒவ்வொரு வரியும் சாட்டையடி.

மேடைப் பிரச்சாரத்தில்
வாக்குறுதியோடு பிரகாசித்த தெருவிளக்குகள்
மீண்டும் எரியக் காத்திருக்கின்றன
அடுத்த தேர்தலுக்காக
என்று ஒரு பளீர் வீச்சு.

7 கனவுப்பிரதிமை

பண முதலைகளுக்கு

சிம்மாசனம் இடும்போது

பூச்சிகள் நசுங்கும் ஒப்பாரிகள் கேட்பதில்லை

என்று ஒரு சுளீர் வீச்சு. இப்படி இவரது அந்தக் கவிதை, அரசியல்வாதிகளின் முதுகில் சாட்டையடியாய்ப் பதிகின்றன. தேர்தல்கள் தோறும் வாக்குறுதிகள் நம்மை ஏமாற்றுவதையும், நாம் சிம்மாசனங்களின் கால்களில் நசுங்கும் மூட்டைப் பூச்சிகளாகவே இருப்பதையும், கவிஞரின் கவிதை வரிகள் உணர்த்தி உள்ளத்தை நிமிரவைக்கின்றன.

வாழ்க்கை என்பது ஒரு நதியோட்டத்தைப் போல் இலகுவாக இல்லை. ஒவ்வொரு நொடியிலும் நாம் எதிர்த்துப் போராடி நீந்தவேண்டிய ஆபத்தான நீரோட்டங்களை அது ஒளித்துக்கொண்டு இருக்கிறது. அதையெல்லாம் எளிதாகக் கடக்கும் துணிவைக் கவிஞரின் கவிதைகள் மறைமுகமாகத் தருகின்றன.

இன்றைய ஆசிரியரின் வறுமை நிலையைப் பற்றியும் இவரது ஒரு சிறு கவிதை பெரிய அளவில் பேசுகிறது. தீர்க்கப்படாத கணக்குகள் என்ற கவிதையில் கவிஞர் சொல்கிறார்...

கணக்கு வாத்தியாரின்

கடன் வாங்கிக் கழித்தலில்

எந்த எண்ணும்

வாங்கிய கடனை

திருப்பிக் கேட்டதில்லை.

என்று இந்தக் குறுங்கவிதை குரலுயர்த்துகிறது. இக்காலகட்டத்தில் உள்ள வறுமையோடு இவரது கவிதை வழக்காடுகிறது.

கவிஞரின் பல கவிதைகளில் லெபனான் கிப்ரானின் உயரத்தையும் கவிக்கோ ரகுமானின் ஆழத்தையும் பார்த்துப் பரவசமடைந்தேன். இவரது பல கவிதைகள் ஆழங்களின் உயரத்தில் சஞ்சரிக்கின்றன.

கவிஞர் விஜி வெங்கட், இலக்கியப் பெருவெளியில் திசைகளை வெல்லும் திக் விஜயத்தைத் தொடங்கிவிட்டார். இவரது இலக்கிய யாத்திரை தனித்தடம் பதித்த படியே நகர்வது மகிழ்சிக்குரியது. இவர் வெற்றி தேவதையாகத் திகழ்கிறார் என்பதை இவரது திருக்கவிதைகளே அறிவிக்கின்றன. எனவே, இவரை மகிழ்வோடும் அன்போடும் வாழ்த்துகிறேன்.

வாழ்த்துரை

கவிப்பேரரசு வைரமுத்து

சங்க காலத்திலிருந்தே தமிழ்நாட்டில் பெண்பாற் புலவர்கள் செழித்து வந்திருக்கிறார்கள். இடைக் காலத்தில் ஔவையார் - ஆண்டாள் தமிழ் கொடிகட்டிப் பறந்தது.

இன்று நவீனக் கல்வியால் பெண் கவிஞர்கள் வளர்ந்து வருகிறார்கள்; அவர்களில் ஒருவர் விஜி வெங்கட்.

இந்தக் கவிதைத் தொகுதியில் பல உள்ளடக்கங்களைப் புதிதாகப் பாடியிருக்கிறார்

அவர் உள்ளத்துத் தணலின் வெப்பம் ஒவ்வொரு கவிதையிலும் அடிக்கிறது.

சமூகம் – நீதி – இயற்கை – காதல் என்று அனைத்துக் கூறுகளும் இவருக்குக் கைவந்திருக்கின்றன.

எடுத்துக்காட்டாக 'நட்டுவைக்காத விதை' என்ற கவிதையில்,

கர்ப்பத்தில் கூடத் தோல்விகள் உண்டு
தந்தைக்கும் தாய்க்கும் உபதேசம் உண்டு
கடவுள்கள் இன்னும் கற்பதும் உண்டு
ஏணிகள் கூட இறக்குவதுண்டு

என்ற வரிகளும்

அரசியல் திருவிழா என்ற கவிதையில்

புத்தனின் பல்லையும்
வள்ளுவனின் ஏட்டையும் பாதுகாத்த நீ
பாதுகாக்காமல் விட்டது அவர்களின்
சொல்மட்டும் தானா...?

போன்ற வரிகளும் விஜிவெங்கட்டின் முத்திரைகளாகும்.

ஆழ்ந்த கல்வியோடு தொடர்ச்சியாக எழுதினால் தமிழில் குறிப்பிடத் தக்க கவிஞராக இவர் வளர்வதற்கு வாய்ப்பிருக்கிறது

வாழ்த்துக்கள்

அன்புள்ள

வைரமுத்து
11.7.2020

சென்னை, 11.07.2020

9 கனவுப்பிரதிமை

வார்த்தை வசப்படும் வானம் அகப்படும்

வீடுகளை மறந்து, உறவுகளை மறந்து, தொப்புள் கொடியான தங்கள் ஊரின் எல்லைக் கோடுகளை மறந்து, வாழ்வாதாரத்தை நோக்கிய வாழ்க்கை என்னும் நெடும்பயணத்தில் வெவ்வேறு இடங்களில், வெவ்வேறு நாடுகளில் கூடுகட்டி வாழும் மனிதப் பறவைகளை இன்னும் உயிர்ப்போடு வைத்திருப்பது கலைகளும் கவிதைகளும்தான்.

அந்த வகையில் தன் தாய்நிலத்திலிருந்து இடம்பெயர்ந்து, அண்டை மாநிலத்தில் குடியேறிய ஓர் தமிழ்ப் பறவைதான் இந்நூலின் ஆசிரியர் திருமதி கவிஞர் விஜிவெங்கட் அவர்கள். தன் மொழி பேசும் மக்கள் இல்லாத ஓரிடத்தில் வசித்து வந்தாலும், என் தாய்மொழியால்தான் நான் அடையாளப்படுவேன் என்கிற விஜி வெங்கட் அவர்களின் வேட்கையும் தீவிரமும்தான் இந்தப் புத்தகம்.

'கனவுப் பிரதிமை' என்னும் இத்தொகுப்பை காதல், சமூகம் என்னும் குறிப்பிட்ட எல்லைகளுக்குள் கட்டுப்படுத்தாமல், தான் சொல்ல வந்த அனைத்தையும் பதிவு செய்ய முடிந்த அளவு முயற்சித் திருக்கிறார்.

எப்பொழுதுமே காதல் கவிதைகள் அழகு, அதிலும் காதல் கவிதைகளைப் பெண்கள் எழுதுவது பேரழகு. திரைப்படங்களில் கூட காதல் பாடல்களை பெண்கள் பாடும் சூழல் அமைந்தாலும் அதையும் ஆண் பாடலாசிரியர்களே அதிகமாக எழுதி வந்திருக்கிறார்கள்.

ஓர் ஆண், பெண் மன நிலையில் இருந்து சிந்திப்பதைப் போலவே ஒரு பெண்ணும் ஆண் மனநிலையில் இருந்து சிந்திக்க முடியும் என்பதைப் பிறகாலப் பெண் கவிஞர்களும் பாடலாசிரியர்களும் நிரூபித்திருக்கிறார்கள்.

அந்த வரிசையில் இந்நூலின் ஆசிரியர் விஜி வெங்கட் அவர்களும் இணைகிறார். தன்னை ஓர் ஆணாகப் பாவித்து பல காதல் கவிதைகளை எழுதியுள்ளார்.

இவர் கவிஞராக மட்டுமல்லாமல் பேச்சாளராகவும் இருப்பதால் கவிதைகளை விவாதப் பொருளாக்கியுள்ளார். அரசியல் திருவிழா, ஔவாப்பிழைகள், சாயப்பட்டறை போன்ற கவிதைகளை நம் சிந்தனையைத் தூண்டும் கேள்விகளாக அமைத்துள்ளார்.

இன்னும் பேச வேண்டிய செய்திகளையும், பேசப்பட வேண்டிய செய்திகளையும் அவர் விவாதப் பொருளாக்கியிருக்கலாம் என்பது எண்ணம். வருங்காலங்களில் அதை செய்வார் என்றே நம்புகிறேன். கவிதைகளைச் சிறகுகளாக்கி, வானத்தை அளந்து விடத் துடிக்கும் கவிஞர் விஜிவெங்கட் அவர்களுக்கு இன்னும் இன்னும் வார்த்தை வசப்பட, வானம் அகப்பட என் வானவில் வாழ்த்துகளைத் தெரிவித்துக் கொள்கிறேன்.

அள்ளித்தரும் அன்புடன்,
அருண்பாரதி.

என்னுரை

பல காலநிலைகளைக் கடந்து உருமாறிக்கொண்டு வரும் கவிதைகள்... காலத்தின் தேவைகளை மட்டுமல்லாது கவிஞர்களின் கற்பனைக்கும் இனிய ஆயுதமாகத் திகழ்கிறது!

சிறுவயதிலிருந்தே பல நிலைகளில் சமூகத்தின் அவலங்கள், பல்வேறு தரப்பட்ட மக்களின் நிலையும், ஏழ்மையும், கொடுமையும் பாதித்தாலும் அதனை சாடுவதற்கு கவியாயுதமும் பத்திரிகை ஊடகங்களும் பெரிதும் துணை நிற்கின்றன.

'மாற்றம்' இதை எங்கிருந்து எப்படித் தொடங்க வேண்டும் என்ற எண்ணப்பாடுகள் அமிழ்த்தப்படும் போது நிலக்கரி பூமியிலாழ்ந்து வைரமாவது போலக் கவிதைகள் பிறக்கின்றன.

எண்ணமும் எழுத்தும் ஒன்றானால் கவிதை வசப்படும், என்று சொன்ன மானசீகக் கவிஞன் பாரதியைப் போல, சொல்லில் பிறக்கும் சக்தி சமூக ஆக்கத்திற்காகப் பயன்படவேண்டும்.

வேட்கையோ, வேண்டுதலோ சமூகப் புரிதலுக்குள் ஓர் புள்ளியாய் மிளிர வேண்டும் என்பதில் விளைந்த எண்ணப்பாடு... சொல், எழுத்து, வார்த்தையென உங்கள் பார்வைக்கான எனது கவிதைகள் 'கனவுப் பிரதிமை' என்ற நூலாக இன்னுமொரு தேடுதலோடு தொடர்கிறது...

கவிதையின் மீதான ஆர்வமும் தொடக்கமும் தமிழ்நாட்டில் புதுகை என்று அழைக்கப்படும் புதுக்கோட்டையில் பிறந்து பள்ளி நாட்களில் பேச்சுப் போட்டி, கட்டுரைப் போட்டி போன்ற பல தளங்களில் வாங்கிய பரிசும், ஊக்குவிப்பும், பாராட்டுதல்களிலும் தொடங்கியது.

கொல்கத்தாவில் சௌத் இந்தியா க்ளப், கொல்கத்தா தமிழ்ச் சங்கம், கொல்கத்தா தமிழ் மன்றம் போன்றவற்றில் கவியரங்கம் மற்றும் பட்டிமன்றத்தில் பேசிப் பாராட்டுகளைப் பெற்றது குறிப்பிடத்தக்கது.

சென்னைக்குப் புலம் பெயர்ந்த பிறகு வின் தொலைக்காட்சியில் தீபாவளி, பொங்கல் மற்றும் உழைப்பாளர் தின சிறப்பு கவியரங்குகளில் பங்கு பெற்றதும் பொதிகைத் தொலைக்காட்சியின் 'கருத்துக் களம்' நிகழ்ச்சியில் பங்கு பெற்றதும் குறிப்பிடத்தக்கது.

ஹைதராபாத் இரட்டை மாநகருக்கு புலம் பெயர்ந்தபின் 'ஹைதராபாத் நிறை இலக்கிய வட்டம்' 'நிறை முத்து' என்ற பட்டத்தை வழங்கி கௌரவித்துள்ளது. எனது படைப்புகள் பல பிரபல இதழ்களில் வெளிவந்துள்ளன.

*2020*ம் ஆண்டிற்கான சிறந்த பெண் கவிஞர்கள் விருதை மனித நேய இலக்கியச் செம்மல் விழாவில் இருபதாம் நூற்றாண்டின் 'தமிழ்ப் பெண் கவிஞர்' விருது அளித்து கௌரவித்தது.

தற்போது தமிழ்ப் பணிகளாக *Zoom* செயலி கருத்தரங்குகள், பட்டி மன்றங்கள், கவியரங்க நிகழ்வுகள், சொற்பொழிவுகளில் பங்கேற்றதில் ஆரா டிவி 'இலக்கியச் சுடர் 'பட்டத்தையும் மற்றும் தேனமுதத் தமிழ் மக்கள் நல அறக்கட்டளை நடத்திய முப்பெரும் விழாவில் தமிழ் இலக்கியப் பணி மற்றும் தமிழ்த் தொண்டு மற்றும் பொது நல சேவையைப் பாராட்டி 'செந்தமிழ்ச் செம்மல்' விருதும் வழங்கி கௌரவித்தது.

'கனவுப் பிரதிமை' என்ற இந்த நூல் வெளிவருவதற்காக இணைய உதவிக்கு முழுதும் உடன் நின்ற எனது மகன் செல்வன். ஹரீஷ் வெங்கட்டிற்கும், புத்தகப் பதிப்புக்காக என்னை வழிநடத்திய திரு. ஆரூர் தமிழ் நாடன் அய்யா அவர்களுக்கும் படைப்பு குழுமம் திரு. ஜின்னா அஸ்மி அவர்களுக்கும் மற்றும் எனது கவிதைகளை நெறிப்படுத்த உதவிய தோழி திருமதி. மதுரா அவர்களுக்கும், திரு. முகம்மது பாட்சா அவர்களுக்கும் எனது மனமார்ந்த நன்றியை இங்கு தெரிவித்துக் கொள்கிறேன்.

தமிழ்ப் பயணம் இனிதே தொடரும்.

விஜி வெங்கட்.

நிறம்

எல்லா நிறங்களும்
கண்களுக்குத் தெரிவதில்லை
வெள்ளைச் சூரியன்
கட்டிய பூமிக்கோட்டையில்
நிறப்பிரிகைக்கு இடம்
கொடுப்பதில்லை.
என் இருப்பும்
உன் இருப்பும்
இருத்தலுக்கும்
இறத்தலுக்கும்
இடையேயான
மர்ம விளையாட்டுப்
பிடிக்குள் திமிறிடும்
நிறங்களற்ற கனவுப் பிழம்பின்
வண்ணப் பிடிக்குள் தான்
நட்பும் காதலுமாகவே
நிறைவடையட்டும்
மனிதம்..

●

கனவுப் பிரதிமை

கடக்க முடியாமல் மோதும்
கனவுகளின் ஆர்ப்பரிப்பில்
அலட்சியங்கள் வேகப்படுத்துகின்றன
இதயத்துடிப்பைக் குறைக்காமல்.
சேதப்படும் கற்களில் சிற்பங்கள்
நுட்பங்களின் ஊடுருவல்களாய்.

செல்லா பூஜ்ஜியமாய்
எதிலும் சேரா நிர்மலத்தின் உச்சாணிகள்
வசப்படாத ராஜ்ஜியத்தின் பிரதிநிதிகள்.

இதயப் பட்டாம்பூச்சிகளின்
வெள்ளைச் சிரிப்பில்
நிறையும் வண்ணம்.
பண்படாத கனவுகள்
வசப்படாத சொற்கள்
தொடமுடியாத வான்
யாசிக்கத் தெரியாத சுயம்புகளாய்
அகழ்தலில் கிடைத்த
பிரம்மைகளின் உண்மை வடிவம்.

ஒரு மின்னலில்
ஒற்றைச் சாரலில் வெளிச்சப்பட்ட
அந்தகார முடிச்சுகளின் தொடக்கம்
சொல்லாமல் விதைத்துச் செல்கிறது
நீர்க்குமிழிக்குள் வானவில்லை.

விமர்சனங்களின் வெகுமதி
சவால்களின் சன்மானம்
என்
கனவுப் பிரதிமை.

எதிர் வீட்டு ஜன்னல்

பொருட்கள் அனைத்தும்
மறக்கப்பட்டதற்கான அடையாளங்களோடு
வீட்டிற்குள் மறுக்கப்பட்டன
சுத்தப்படுத்தப்பட்ட அவள் வீட்டில்

எதிர் வீட்டு ஜன்னல் மட்டும் அழுதது
திரைச்சீலையான அவள் புடவையோடும்
கொண்டை ஊசியில் சொருகப்பட்ட
உதிர்ந்த முடியோடும்
மறைந்தவளின் மறக்கமுடியாத
நினைவுகளைக் கோர்த்துக் கொண்டு.

மீண்டும்
தொடரத்துடித்த முதல் கனவின்
விடியலுக்கான காத்திருப்போடு
அவன்.

மகளதிகாரம்

மகளை ஜெயிக்க அம்மாக்கள் நினைப்பதில்லை
தோற்க மறுப்பதே இல்லை...
நினைவை!
ஒரு நொடியில் மின்னும்
வால் நட்சத்திரம் வரமாக்குகிறதாம்..
கனவுகளை நிஜமாக்கும்
குட்டி தேவதைகளின் வரங்களுக்கு முன்னால்
உலக விருதுகளும் பெரிதில்லை
அம்மாக்களின் பார்வையில்

அவள்..
ஆதி அந்தமானவள்
என் உயிரோவியம்
கைபட்டுத் துளிர்த்த வானவில்லின்
வளைவில் வழிந்த வண்ணங்களால்
தன்னைப் புதிதாக்கிக்கொண்டு
வசீகரித்த பூமியின் வசந்தகாலத்தைப் பிறப்பித்தவளாய்
என்னில் என்னையும் எழுதிய
என்னவளுக்காய்
மீண்டும் புவியில் பிறக்கிறேன்
அவளின் மகளாய் உதிக்கிறேன்.

நட்டு வைக்காத விதை

கர்ப்பத்தில் கூட
தோல்விகள் உண்டு
தந்தைக்கும் தாய்க்கும்
உபதேசம் உண்டு
கடவுள்கள் இன்னும்
கற்பதும் உண்டு
ஏணிகள் கூட
இறக்குவதுண்டு.

மனித பேதம் வளர்க்கும்
வியாபாரிகள் உண்டு
ஒழுக்கத்தைக் கற்காத
மனிதர்கள் உண்டு
'மனிதம்' இல்லாப்
பதர்கள் உண்டு.
தற்போதே கற்கிறது
'கை' கழுவ நன்று.

இயற்கையின் இரைச்சல் புரியா
மானுடர் உண்டு
மன்னிக்கும் இயற்கைக்குள்
அன்னையும் உண்டு
நட்டு வைக்காத விதையாய் 'நம்பிக்கை'
துளிர்க்கட்டும் நன்று.

பலம்

தன்னம்பிக்கையின் அச்சாணியை
முதலில் உடைக்கிறாய்
எத்தனை முரண்டு பிடித்தாலும்
பிணைக்கிறாய்
கட்டி இழுக்கிறாய்
சங்கிலியால் மறைத்த
கொடூரமுகம் அறியாமல்
கவளச் சோற்றுக்காய்
சாசனம் எழுதிக் கேட்கிறாய்.

அடிமையின் விலங்கினமாய்
ஆட்டுவிக்கிறாய்
தன்மானங்களின்
அடையாளங்களை மாற்றி
தண்டமழச் சொல்கிறாய்.

மழிக்கப்பட்ட சுயத்தில்
மண்டியிட்டுப் பெறுகிறேன்
அடிகளையே விருதுகளாய்...

எத்தனை முறை காயப்பட்டாலும்
மறக்காமல் காரணம் கேட்க
மறுக்கிறது மனம் பிடித்தவரிடம்
நடிக்கத்தெரியாத நடைபிணம்.

இழப்பதற்கும் பெறுவதற்கும்
புதிதாய் எதுவுமில்லாத
கற்பனை சொர்க்கத்தில்
ஜடங்களாய்.

தன் 'பலம்' அறிந்தும்
போராடாத 'களிறோ' மனிதனோ
பிச்சை எடுக்க வைத்துவிடுகிறது
உலகம்.

●

ஒவ்வாப் பிழைகள்

விசாரணைத் தற்குறிகள்
ஊசி முனையில் துளைக்கும்
கேள்விச் சல்லடைகளின்
அவமானங்களுக்காக
தடுப்புச் சுவரின் மின்கம்பியில்
புதுமைப் பெண்கள்.
வலைக்குள் பதுங்கி
சிலந்தி வாயை அடைக்க
சுயமிழக்கும் கைப்பாவைகள்.

பொம்மலாட்டக் கரங்களில்
வீழ்தப்படுவதற்காகவே நகர்த்தப்படும்
கையாலாகா ஆயுதங்கள்.
கட்டங்களுக்குள்ளேயே முடக்கப்படும்
கருப்பு வெள்ளைக் கனவுகள்
சதுரங்கத்தின் திருப்புமுனைகள்
வெற்றிக்கும் தோல்விக்கும்
காரணமில்லாக் காரணிகள்.

பகுத்தறிவில்லாதவர் வகுத்த
விதிவிலக்குக்கும் விதிக்கப்பட்ட
பெண்ணியச் சட்டங்கள்
ஒவ்வாப் பிழைகள்.
பேனா முனைகள் உடைபடுவது
எழுதிய தீர்ப்புக்குப்பின்
மட்டும் அல்ல
எழுதக்கூடாத மனித மீறலுக்கு
முன்னுமாகவும் அமையட்டும்.

●

சாம்பல் நிற எலி

காட்சிகளை உள்வாங்குதலில்
இமைக்க மறந்த இமைகளோடு
படபடக்கும் இதயச் சுவர்
விரிந்து சுருங்கியது
பெயருக்காய் இயங்கியது.

மூளை ராட்சசனின்
கட்டளை வாங்கிய செல்கள்
பாய்ந்த ரத்த நாளங்களில்
சில்லிட்டது
உச்சியும் பாதமும்.

கிறுகிறுப்பில் திக்கித் திக்கி
உள்வாங்கியதில்
பாதி சேகரிக்க விட்டது
காட்சிகளை மனது.

தொடர்ந்ததில்...
ஓடச் சொன்ன புத்தியும்
மரத்துப்போன கால்களுமாய்
வெளுத்துப் போய்
வெலவெலத்துக் கொண்டிருந்தது

கருப்புப் பூனை முன்
சாம்பல் நிற எலி.

தீர்க்கம்

என்னால முடியுமா?
கேவலான குரலில்
நம்பிக்கையின் ஒற்றைத் துளி
எதிர்பார்ப்போடு
எதையோ எதிர்பார்த்து...
எதிர்பார்ப்பு
நிராகரிக்கப்பட்டு விடக்கூடாது
என்பதற்காக
உரிமையை நிலைநிறுத்தும்
பிடிகளில் தளர்கிறது விரல்களின் இறுக்கம்.

விழட்டுமா கொஞ்ச நேரம் பின்பா
என்று எட்டிப்பார்க்கத் துடித்த
கண்ணீர்.

நிறைய நிறைய
இருக்கிறது என்னுள்
'நம்பேன்'
எனத் துடித்த
உதடு.

நானும் உன்னுடன் என்று
சிவக்கிறது கன்னம்.

எல்லாவற்றையும்
அவளுக்குள்ளேயே போய் அனுபவித்து
ஒன்றுமில்லாமல் புரட்டிப் போடுகிறது
அப்பாவின் இறுகிய அணைப்பும்,
உலகத்து மகாராணி
'உன்னால மட்டும் தான் முடியும்'
என்ற
இறுகிய பிடியும்...
தீர்க்கமும்...

●

மிதி

என்
மகிழ்ச்சி, அழுகை,
பிய்த்து எடுத்துத் துடைத்துக் கொள்ள முடியாத
தோல்வியின் வலி
எதையும் காட்டாமல்
புன்னகையின் பின்னால்
என்னை ஒளித்துக் கொள்கிறேன்.

ஏதேனும் எங்கேனும்
இதழோடும், இமையோடும்
இழையோடிவிடாமல்
உள்ளிழுத்து உலர்த்திக் கொள்கிறேன்.
உள்ளிருத்திக் கடினமாகிறேன்.

மிச்சம் மீதி ஒட்டிக் கொண்ட
விடாப்பிடியான ஆசைகளை
முகம் தேடித் தடவிப் பார்க்கிறேன்
தேடல்களில் வலிக்கேனும் மிஞ்சவில்லை வடுக்கள்.

பின்னிழுத்து வசைபாடி
இரவுக்குள்ளும் புகுந்த அந்த
ராட்சதத் தினங்களிலிருந்து
மிதித்து எழுந்து
முன்னேறித் திரும்பினேன்...
மற்றொருவரை
வதைத்தும் கேலிசெய்தும்
அந்தக் கூட்டம்
அங்கேயே இன்னமும்...

●

நாட்காட்டி

நாள்காட்டியைக் கிழிக்காதீர்கள்
விதிக்கப்பட்ட
கடைசி நாளும், நேரமும், நொடியும்
குறைந்த கொண்டே வருகிறது
கொஞ்சம் நெருங்கி அச்சுறுத்துகிறது.
அந்த மாயன் நாட்காட்டியை
அப்படியே விட்டுவிடுங்கள்.

ராசிபலனும், நாட்பலனும்
பொய்த்துப் போகிறது மொத்தமாய்
விழுங்காமல் விழுங்குகிறது.
எத்தனை தவிர்த்தாலும்,
மறக்க முயன்றாலும்
அன்னிச்சையாக
கணக்கிட்டுப் பார்க்கிறது
சொச்ச நாட்களை.

செய்யப்படாததும்,
செய்தும் பிடிபடாததும்
மனதில் சரியாகப் பதியப்படாததுமாய்
காலத்தைக் கிழித்துக் கொண்டு
பின்னோக்கிச் செல்கிறது
விடை மட்டும் தெரியாமல்.

அத்தனையும் மறந்துபோகிறது
கடந்து செல்ல முடியாமல்
கொஞ்சம் கடமைக்காகவும்,
மீதி காப்பாற்றிக் கொள்ள வேண்டிய பெயருக்காகவும்
பிரயத்தனப்படுகிறது.
நாட்கள் நகராமல் இருந்திருக்கலாம்
கொஞ்சம் தள்ளி வைத்திருக்கலாம்.

அனைவருக்கும் தேர்ச்சி
அறிவிப்புக் கொடுத்திருக்கலாம்.
கிழிக்காத நாட்காட்டி முன்
பிடிபடாத பாடங்களை
மனனம் செய்தும்
செய்யமுடியாமலும்...
தயாராகிறார்கள் தேர்வுக்கு.

●

அரண்

குறியிட்டக் கோட்டைத்
தாண்ட முடியாமல்
வரிசைகளை
முன்னுக்குப் பின்னாகத் தள்ளி
நிகழ்வுகளின் நடப்பைப்
புரிந்து கொள்ள முடியாமல்
சிவந்த எறும்பும்...

எந்த அளவில்
வரவேண்டும் என்று
தன்னைக் கட்டுப்படுத்தித்
தடுத்த தயக்கத்தில்
காற்றும்...

கதவைத் தகர்த்தும், தாண்டியும்
வர இயலாத
தாளிக்கும் நெடியும்,
வாயிலில்
காய்கறிக்காரன் மணிசத்தமும்...

அண்ட முடியாத
அம்மாவின் முந்தானைக்குள்
சலனமில்லாமல்
சிரிக்கிறது
நித்திரையில்
குழந்தை...

●

பிம்பம்

முடிந்து போன ஒற்றை நொடிக்குள்
தொலைந்த என் வாழ்வின் அர்த்தங்களை
வாழ்நாளை விலையாகக் கொடுத்து
மீட்கக் கேட்கிறேன்
யாரிடமோ யாசிக்கிறேன்
மீண்டும் யோசிக்கிறேன்.

இந்த ஒரு நிமிடமும்
கழிந்து கொண்டும்
கரைந்து கொண்டும்
பழைய நினைவுகளை
மேய்ந்தும்
அசைபோட்டும்
வினாடிகளையும்
நிமிடங்களையும்
நேரங்களையும்
தின்று கொண்டிருந்தது.

மாற்ற முடியாத முடிந்ததிலும்
ஓடிப் பிடிக்க முடியாமல்
நடக்கக் காத்திருப்பதிலும்
கால விந்தைகளோடு
உழன்று ஒட்ட முடியாமலும்
மட்கிப்போகாமலும்
மாற்ற முடியாமலும்
ஒப்புக்குக் கடக்கிறேன்
இருந்தும்
அந்த ஒற்றை நிமிட முற்றுப்புள்ளிக்கு
கமா போட எத்தனிக்கிறேன்.

தலைச்சுழி எதையோ மாற்ற
தலைகீழாய்ப் பிடிக்கிறேன் எண்ணங்களை
என்னை மாற்றிப் படிக்க.

மர்ம உருளைகளை
பூடகமாக உருட்டி
போக்குக்காட்டிக் கொண்டிருக்கும்
ஒவ்வொரு நடப்பிலும்
எனைக் காட்சிப்படுத்த நினைக்கும்
கோமாளி பிம்பத்தை
சில கிறுக்கல்களில்
சிலர் பார்வைகளை
நேராக்க விழைகிறேன்
தோற்காத முனைப்போடு
இன்னமும்...

●

தீர்க்கப்படாத கணக்குகள்

கற்பித்தலில் பகுத்தறிவும்
குச்சியில்லாப் பாசறைக்குள்
மனிதத்தையும் பகிர்ந்த
கணக்கு வாத்தியாரின்
கடன் வாங்கிக் கழித்தலில்
எந்த எண்ணும்
வாங்கிய கடனை
திருப்பிக் கேட்டதில்லை.

ஏனோ அவர்
வீட்டுக் கணக்கின்
நிதியறிக்கைப் பட்டியலில்
நிலுவைகளாய்
வட்டிக்கடை வேலுவின்
வசையடிகளும்
மளிகைக்கடை சுப்புவின்
மாதாந்திர பாக்கிகளும்
நண்பனுக்குக் கொடுத்த
வராக்கடன்களும்
தொக்கி நிற்கிறது
தீர்க்கப்படாத கணக்குகளாய்.

மாயத்திரை

மாயத்திரை ஒன்றைக் கிழிக்கிறாய்
காட்டப்படாத முகத்திற்கு
அடையாளமாய் அலைகிறாய்
என்னுள் எனக்காக
நீ மட்டுமே தெரிகிறாய்.

புரிந்து கொள்ள முடியாத
எத்தனையோ இருக்கிறது
உன்னிடமும்
என்னிடமும்

புரியாதது இடைவெளி மட்டும் தான்

வெந்து தணியாத வேதனையாக
கொன்று நீள்கிறது துயரம்

மிச்சம் வைக்காமல்
மென்று வெல்கிறது
உன்னிடம் தோற்று
என்னை.

கருப்பு ரோஜாக்கள்

நாங்கள்..

கர்ப்பக் கிழிசல்களிலிருந்து
விழுந்த கேள்விக் குறிகள்?
துயரத்தின் பேய்ப்பிறவி
ஆழிச் சுழிகள்...

மனிதம் ஈனும்
உலக துவாரப் பிறப்பிடங்கள்...
பிறப்பித்தவளே இரையாகும்
அவமானங்கள்...

மனிதம் தின்று வாழும்
மானுடப் பதர்களின்
காப்பகங்கள்...

பாதரசத் தின்னிகளின்
பிரேதாத்மாக்களுக்கான
பரமாத்மாக்கள்!

பிச்சைப் பிண்டங்களின்
எச்சங்களிடமே
பிச்சை கேட்கும் வீதி வந்த
கர்பக்கிரக கற்புக் காவந்திகள்

களவாடப்பட்டுக்
கருகும் வேலியில்லா சவக்குழிகள்...
காவலில்லாக் கருப்பு ரோஜாக்கள்...

●

அகந்தை

அகந்தைக்குள் பொறுமையாய் நீள்கிறது உணர்வு
தவறுகளை ஜீரணிப்பதில்
மிடரு விழுங்குகிறது தன்மானம்.

காட்டும் சுட்டு விரலுக்கு முன் நீ
மற்றை விரல்களுக்கு முன் நானாக
என்னையே சாடிக் கொள்கிறேன்.
சல்லடை போட்ட
பரிசோதனைத் தேடலுக்குள்
நீயும் நானும்
ஒரே புள்ளியில் குற்றவாளிகளான
ஒற்றைக் காரணமாய் காதலுக்குள்
இன்னமும் சாடிக் கொள்கிறோம்.

ஒருவரை ஒருவர்
மீட்டுக் கொள்ளும்
சமாதானக் காரணங்களுக்கான
காத்திருப்புகளோடு
ஈர்த்திழுக்கும் காந்தப் பிடிக்கு முன்
இரும்புத் துகளாய்
முற்றும் விடுத்து
உன்னில் ஒட்டுகிறேன்.

தன்னிச்சையான தலையாட்டுதலோடு
ஒப்புக் கொள்ளும் தோல்வியில்
மெல்ல
உன்னை வெல்லும் முயற்சிகளில்
அகந்தைத் தோலுரித்து
புதிதாய் உனக்காக...

●

சொற்களம்

அரை நித்திரைக்குள் தொலைக்கிறேன்
வசப்படாத சொல்லையும்
மையில் விழாத எழுத்துக்களையும்
நீண்டு விலகிப் போகும்
எண்ணங்களின் தொடர்ச்சியில்
உடைபடும் சாராம்சங்களிலிருந்து
விடுபடவோ, தொடரவோ
இயலாத பலகீனத்திற்குள்
மருண்டு பூட்டிக் கொள்கிறேன்.

ஒற்றை நீர்த்திவலைப்
பட்டுவிழும் வளையத்திற்குள்
கருகும் காகிதத்தின் கடைசி
நீளுதலும், சுருங்குதலும்
நெளிதலும், சுளித்தலுமாய்
தீ திண்ணும் நாக்குக்குள்
சொல் மீட்டும் தவிப்போடு
தோற்றுப் போகிறேன்.
கடைசியில் களம்
விட்டுப் போகிறேன்.

நிராயுதபாணியாய்
சொற்களத்தில்
இன்று
நாளை
மீண்டும்
மீட்டெடுப்புத் தொடர்ச்சிகளாய்...

●

உறவுகள்

வேலைப் பட்டியலின்
'கடைசி' பக்கத்திலும்
எழுதப்படாத பெயரும்...

நீளமான வரிசையின்
'கடைசி' மனிதனுக்கு
கிடைக்கப் பெறாத
இலவச உணவும்...

பள்ளி, கல்லூரியின்
காத்திருப்பு வரிசையில்
சீட்டுக் கிடைக்காத
'கடைசி' நபரும்...

இயற்கை விதியில்
அழிந்து போன
'கடைசி' நெல்மணியை
பயிரிட்ட உழவனும்...

குடிசைக்கும் இன்றி உறங்கும்
சாலையோர ராசாக்களும்...

கஞ்சிக்கும் இல்லாத
பட்டினி தேவதைகளும்...

பூமித் தாயின்
தொப்புள் கொடி அறுத்த
உறவுகளாய்...

●

மழை

அந்த மழைக்கு மட்டும்
என்ன ஓரவஞ்சனையோ
தெரியவில்லை
அவளை நனைக்கும் போது மட்டும்
அப்படி அழகாகிறது
துளிக்குத் துளி பேசுகிறது.

தன்னுள் அடக்கிய பிரபஞ்சத்தை
அவளுக்கே அவளுக்கெனப் பொழிகிறது.

விடுபட்ட
போதாத எதையோ
நினைவில் நிறுத்தி
குற்ற உணர்வோடு
அவளின் நிறத்துடன்
சேர்த்துக் குழைக்கிறது
வானவில்லையும்.

உருண்டு பிரண்டு
ஒட்டிய, ஒட்ட முடியாத பாகங்களில்
கடக்க முடியாமல் உருள்கிறது.
அவளிலேயே பொழிய,
அவளிலிருந்தே ஆவியாகி எழும்புகிறது
தரை தொட விரும்பாமல்.

பிரபஞ்சத்தின்
முதலும் கடைசியுமான தூரல்
அவளிடமிருந்தும் அவளுடனும்.

மறவாமல் காத்திருக்கிறது
மீண்டும்
அடுத்தும்
அவளில் விழ
துளி
மழையாய்...

இரண்டாம் உலகம்

பெயரில்லாத அண்டத்தின்
ஒரு மூலையில்
வெட்டவெளி நடுநிசியில்
சின்னதும் பெரியதுமாய் நட்சத்திரம்
சதுர, கோணலாய்
சரியாக ஒட்டாத
கொஞ்சம் நீண்ட வாலுடன்
தொக்கி நிற்கும்
தலைகீழ் நிலா,
இன்னுமொரு நிலா
கணக்கில் சேர்க்கப்படாத வண்ணம்
வானம் தொடும் புல்
தரை தொடும் மரம்
'வி' வடிவ கறுப்புக் காக்காய் மட்டும்
பறக்கும்
பாப்பாவின் ஓவியத்தில்
' இரண்டாம் உலகம்.'

அது

உள்ளுணர்வை எழுப்பிய
ஏதோ உந்துதலோடு
விழித்தலில்லா
அரை உறக்கத்தில்
புரிந்து கொள்ள முயன்ற
அந்த நடுநிசி கேவலும், சத்தமும்
விழிகள் அறிந்து கொள்ள இயலாத
ஜீரோ வால்ட் பல்ப் வெளிச்ச
அறை இருட்டில்
அடிவயிற்றில் சுரந்த அந்த அமிலமும்
இதய அறைகள்
விரிந்து சுருங்கும் ஓசையும்
சின்னதும் பெரிதுமாய் மூச்சிரைப்பும்
அடி அடியாக
மெதுவாக வைத்த பாதத்தில்
நீளமானது அறை.

பழகிய இடமே புதிதாக
அமானுஷ்யம் உறைந்த
நிமிடங்கள்
தலைக்குள் உறைந்து
நிதர்சனத்திற்குள்
திரும்பிப் பார்த்ததில்
எதிராய்
குச்சிக் குச்சியாய்க்
குத்திட்ட தலைமுடி,
அகண்ட உருவம்
காட்சியில்
விளிக்கவோ, விளக்கவோ முடியாமல்
கோரமாய்ப் பெயரில்லா
'அது'... அருகில்
ஒட்டிய 'நா'வைப் பேசவோ, அசைக்கவோ இயலாது
குத்திட்ட கண்,
முற்றிலும் விட மறந்த சுவாசத்தோடு
துளியும் அசைவில்லா நிலையில்
வந்த மின்சார வெளிச்சத்தில்
எதிரில் நிலைக்கண்ணாடி பிரதிபலித்த பிம்பத்தில்
நிலை மாறாமல்
குச்சிக் குச்சியாய் குத்திட்ட முடியோடு 'நான்'...

●

உள்ளிருப்பில்...

ஒன்று நின்றது 'ஓட்டம்'
ஒன்றில் திணறியது 'வேலைப்பளு'
ஒன்றுக்காய் ஏங்கியது 'அன்பு'
ஒன்று கிடைத்தது 'குடும்பம்'
ஒன்று குறைந்தது 'மன அழுத்தம்'
ஒன்று கரைந்தது 'ஆணவம்'
ஒன்று கிடைத்தது 'அமைதி'
ஒன்று உணர்ந்தது 'அடிப்படைத் தேவை'
ஒன்று அழிந்தது 'வேற்றுமை'
ஒன்றாய் இணைந்தது 'ஒற்றுமை'
ஒன்று வலுத்தது 'இந்திய உணர்வு'
விழித்து எழுந்தது 'நாட்டுப் பற்று'
ஒன்றை விஞ்சியது 'விஞ்ஞானம்'
ஒன்று புரிந்தது 'மெய்ஞானம்'
ஒன்றாய் எழுந்தது 'ஓர் குரலாய்'
ஒன்றித் தெளிந்தது 'தெய்வீகம்'
நன்றே வெளிப்படும் 'காத்திருப்போம்'
ஒன்றி ஓங்கியது 'மனித இனம்'
ஒன்று சிரித்தது 'இயற்கை'
ஒன்றாய் ஒளிரட்டும் 'மனிதம்' என்றும்...

அரசியல் திருவிழா

ராசராசனின் செங்கோலும்
மகாத்மாவின்...
வளையாத ஊன்றுகோலும்
ரோட்டுக்கடைகளில்
கேளிக்கைச் சித்திரங்களாய் மட்டும்...

மேடைப்பிரசாரத்தில் வாக்குறுதியோடு
பிரகாசித்த தெருவிளக்குகள்
மீண்டும்
எரியக் காத்திருக்கிறது
அடுத்த தேர்தலுக்காய்...

விண்ணப்பங்களை வீணாக்குவதில்லை
எம் மக்கள்
வராக்கடனுக்கும்...
வராத மின்சாரத்திற்கும்...
மனுகொடுக்க சோர்வதில்லை...

பண முதலைகளுக்கு
சிம்மாசனம் இடும்போது
பூச்சிகள் நசுங்கும்
ஒப்பாரிகள் கேட்பதில்லை...

புத்தனின்
பல்லையும்...
வள்ளுவனின்
ஏட்டையும்...
பாதுகாத்த நீ...
பாதுகாக்காமல் விட்டது அவர்களின்
சொல்மட்டும் தானா..?

அரசியல்
ஆல்பர்ட் ஐன்ஸ்டீன்களே...
'சாகர் மாலா'
இருக்கட்டும்...
அடுத்த தெரு
மாலாக்களின் கற்புக்கு...
உத்திரவாதம் இருக்கிறதா..?

புலிக்கு
வாலாயிருப்பதை விட
எலிக்குத் தலையாய்
இருப்போம் வா...

●

அங்குச வீச்சு

அடிப்பது யாராகவோ இருந்தால் பரவாயில்லை
யாதுமான நீயாகவே இருப்பதாலோ என்னவோ
யானை தாங்கிய அங்குச வீச்சுகளாய்
மௌனமாகக் கடக்கின்றேன்
மொழி இல்லாத கண்ணீரோடு.

●

திருப்புமுனை

ஆயிரம் ஆயிரம்
ஈட்டிகளை வீசிவிட்டு
அனாயாசமாக முடித்துக் கொள்கிறாய்
சொச்சம் இருக்கிறதா இல்லையா என்று கேட்காமலேயே
தூர எறியப்படும்
பரிசீலிக்கப்படாத எதிர் வாதங்களுடன் நான்.
தோற்றுப் போவதற்கோ
விட்டுக் கொடுப்பதற்கோ
மனமில்லாமல் மறுபரிசீலனைக்கான
வாதங்களை முன்னெடுக்கிறேன்.

இடைமறித்து முடிவுறா சொற்களுக்கும்
முற்றுப் புள்ளி வைக்கிறாய்.
முடிவிலிகளாகவே தொக்கி நிற்கிறேன்
தொடர வேறு வழிக்கு எத்தனிக்கிறேன்
பாறையில் பூத்த பூக்களுக்கு
வலிமையின் மணம் நீளமானதென உணர்த்த
உன்னுள் வலிகளை திணிக்கிறேன்
ஒப்புக்காய் வெறுக்கிறேன்.

ஒற்றைச் சொல்லில்
ஏதேனும் ஒரு புள்ளி உரசலில்
நம் காலாவதியான காதலுக்கு
திருப்புமுனை எங்கேனும் வரலாம் என்று.

●

ஒரு தலைக் காதல்

நிஜமோ? பொய்யோ?
நீ சொன்னதெல்லாம் செய்கிறேன்
சொல்லாமலும்
வரமோ? சாபமோ?
கூடவே வருகிறேன்
மழை, வெயில்
வழக்கமாகிப்போனது
எதுவாகினும்
உடன் வருவது
தினப்படி இயக்கமாகப் போனது.

உடன் கழிக்கும் நினைவுகளும்
உறக்கமில்லாத இரவுகளுமாய்
காலம் தாழ்த்தாமல்
காதல் வித்தையில்
விந்தையாய் உழல்படும்
நாதியில்லா மிருகமாய்
வெட்கம் இல்லாமல்
பின்னால் திரிகிறேன்.

நீ
அனுமதித்த வாசல் வரை
மட்டுமே வருகிறேன்.
ஒரு தலையாய்ப் பின்...

●

என்னுள்

பார்க்காமலேயே இருந்திருக்கலாம்

நிகழ்வின் தாக்கத்தை மாறுதல்களைத் தவிர்த்திருக்கலாம்
அப்போதே எதுவும் நடவாமல்
சுபித்திருக்கலாம்.

கட்டோடு துடைத்து எடுத்து
மாற்றங்கள் இல்லாமல் காலத்தை
எவரேனும் சபித்திருக்கலாம்.

இடிபாடுகளிலோ, விபத்துக்களிலோ
ஏதேனும் நிகழ்ந்து
அத்தனையும் மறந்திருக்கலாம்.

எதுவுமேயன்றி
எனக்குள் என்னை
உமிழ்கிறாய்
அணைக்கிறாய்
வெறுக்கிறாய்.

இருந்தும்
இறவாமல்
என்னுள் 'நீ' தான் வாழ்கிறாய்.

பார்க்காமலேயே இருந்திருக்கலாம்.

●

சிந்தனை

எத்தனை விடியல்கள்
எந்த விடியலும் என்னை
சாடியதில்லை
முகம் பார்க்கக் கோணியதில்லை.

நிதம் அர்த்தமோ, பொருளோ இல்லாப் பிடியில்
ஏனோ
உழன்றும், தவித்தும், தனித்தும்,
உதறலோடும்.
ஒரு சொட்டுக் கண்ணீர்
சூடாக விழி தாண்டும்
வலிகளை
விவரிக்கவோ, புரிந்து கொள்ளவோ, எழுதவோ முடியாமல்
கைவிடப்படும் சிந்தனைகள்.

நிர்கதி

அர்த்தங்களோ, எழுத்துக்களோ
முழு வடிவம் பெறாத
சொல்லோ, செயலோ
எதையோ தொலைத்து
எதையோ தேடி
எதிலோ முடிந்து
உணர்ச்சி விதிகளை
சுட்டிக் காட்டாத
சொல்லை
விதிகளுக்கு உட்பட்ட ஒலியை
சொல்லவோ, எடுக்கவோ முடியாமல்
புரியாத ஒன்றிற்கு
அர்த்தங்களைத் தேடி அலைந்து
இறுதியில்
விடை கிடைக்காத
அந்தச் சொல்லை
அந்தச் செயலை உதறிவிட்டு
வேறு களத்திற்கு
பயணப்படுகிறேன்.

கைவிடப்பட்ட
அந்தச் சொல்லும், செயலும்
விடை தெரியாமல்
அப்படியே நிர்க்கதியாய்...

●

அடங்க மறு..

எனக்குள்
உன் அதிகார முட்கள்
ரணமாக்குகின்றன தினத்தை.
நகைத்தலுக்கும், நையாண்டிக்கும்,
அடித்தலுக்கும், அழுதலுக்கும்
இடையூராய் நீ...

உடன் வராத
என் எண்ணங்களையும்
சோர்வையும், சுமையையும்
எளிதாக்கி நெகிழவைக்கிறாய்
எங்கிருந்தோ...

நினைவுகளின் அழுத்தம் மட்டும்
அடங்க மறுக்காமல் முரண்டுபிடிக்கிறது.
எளிதாகவோ, பிடிவாதமாகவோ
விரட்ட முடியாமல்
ஆக்கிரமித்தாய் என்னை.
உணராமலோ, உணர்த்தாமலோ
மறுத்துக்கொண்டே அடங்குகிறேன்
உன்னில்...

●

லட்சியம்

துளைத்துக் கொண்டிருக்கும்
வெல்ல முடியாத,
தூங்கவிடாத தூரத்து எண்ணங்களின்
நெறிப்படாத பாதை கனன்று கொண்டிருக்கிறது.

ஈர்க்கப்படும் அதே பாதையை
நோக்கியோ, சுற்றியோ
சுழல்கிறது உலகம்
எதிராகச் செயல்பட மனமில்லாமல்.
என்றும் எப்போதும் யாராலும்
விதைக்கப்படாத எண்ணங்களின்
தன்னிச்சையான உந்துதல்களுக்கு
இடையே இடையூறுகள்
பொருட்படுத்தப் படுவதில்லை.

மிதிபடும் தடைகளுக்குத் தெரிவதில்லை
இது உளி பட்ட
லட்சியம் என்று.

புரியாத அர்த்தம்

இத்தனை பேருடன் பழகியும்,
கடந்தும் வந்த காலப் பொழுதுகளில்
நிலையில்லாத நட்பும்,
வேலை நிமித்தங்களும் மட்டுமே
எஞ்சியிருந்தது.

பேசியதும், பழகியதும்
நினைவில் கொஞ்சம் எஞ்சியும்
முற்றிலுமாகவும் மறந்துபோயிருந்தது.
கடன் வாங்கிய மனிதர்கள் மட்டும்
பேசினார்கள் கடனுக்காக.

எதை எதையோ
தொலைத்துவிட்டு வந்தும்
நிறுத்தப் புள்ளி வைக்காததுமாய்
தொல்லை தரும்
நாகரீகமற்ற நினைவுகள்...
பூட்டிய கதவு வழியாகவும்
கனவு வழியாகவும்
பேச்சின் சில சொற்களிலும்
செயலின் இடையிலும்
வந்து விஸ்வரூபமெடுக்கிறது
அந்த அர்த்தமற்ற நட்பு மட்டும்
அர்த்தம் புரியாமல்.

கனவு

ஏதோ வடிவம் பெறாத
அந்த மங்கலான காட்சிகளை
சரியாகக் கோர்க்கவோ
படிக்கவோ முடியாமல்
தெளிவில்லாத பொருளில்
தொடர்பில்லாத காட்சிகளோடு
சம்பந்தமில்லாத
வண்ணங்களைக் குழைத்து
கதையில் படித்த
கதாபாத்திரங்களையும்,
உறவுகளையும்
என்றோ எங்கேயோ பார்த்து
மறந்து போன
வடிவமில்லாத
அந்த உருவத்தோடும்
ஒரே சொற்றொடர்களோடு
மிக நீளமாக
வெளியில் வரமுடியாத
வேண்டிய, வேண்டா
சொல்லுக்கும் செயலுக்கும்
நானே காரணகர்த்தாவாகி
ஆனால்
அழிக்கவும் முடியாமல்
மாற்றவும் முடியாமல்
அப்படியே உள்வாங்கி
செயல்படும்
அந்த நிகழ்வுகளுக்கு
இயக்கம்
நானாகவும் இல்லாமலும்
இருக்கிறேன்.

தினம் வியக்கிறேன்
அயர்ந்து தூங்கினாலும்
அயராது ஓடுகிறேன்
யாரையும் காப்பாற்றவோ?
தடுக்கவோ? இயலாமல்.

கனவுப்பிரதிமை
விஜி வெங்கட்

உலகத்திலேயே இல்லாத
அசுரனுடனும்
யாரோடும் யாரோ
நீண்டு பேசி
நீண்டு விவாதித்து
முடிந்தோ சமரசமாகவோ
முடிவுற்றதாகக் கணக்கு
சொல்லப்பட்டு
பாதியிலேயே அறுபடும் காட்சிகளை
தொடராமல் தொடரவும் முடியாமல்
உள்ளே புகுந்தும்
தன்னிச்சையாகச்
செயல்பட முடியாமல்
கையறுநிலையில்
கருவியாக, கதாபாத்திரமாக
வண்ணமாக, சொல்லாக,
பொருளாக
நான் இருந்தும் இல்லாமல்
முடிக்கிறேன்.

விழிக்கிறேன்
தள்ளிவிடப்பட்ட
ஒரு உலகத்திலிருந்து
இன்னோரு உலகத்திற்குள்
மீண்டும் பேசுகிறேன்
இந்த முறை உணர்ச்சிகளோடு
நிகழ்த்துவது நான் என்ற
மடமையிலிருந்து
விடுபடமுடியாமல்
அந்த
மங்கலான கனவுகளை
முழுதாக அசைபோட முடியாமல்
இரண்டாக, இரண்டிலும் நானாக
நானில்லாமல்
முடிகிறேன்...

●

கொசு

குச்சி மிட்டாய் தரலைன்னு அண்ணா கொட்டியதும்
வீட்டுப் பாடம் எழுதலைன்னு
கணக்கு வாத்தியார் அடித்ததும் காவாய்க்குள் விட்ட
சைக்கிளுக்கு அப்பாவும்
டோரா பொம்மை தலையைப்
பிய்த்ததற்கு அம்மாவும்
கோபத்தில் சீ போன்னு விரட்டியதற்கு
சுப்பிரமணி நாய்க்குட்டியும்
கடித்தது எல்லாம் சரி

ஒன்னு மட்டும்...
நான்
ஒன்னுமே பண்ணாம
அந்தக் கொசு ஏன் கடிச்சதுன்னு தான்...

●

குறியீடு

குறிப்பிட்ட பெயருக்காகவோ
எங்கேயோ, எப்போதோ
தனக்கு நடந்த ஒன்றை
பொருத்திப் பார்த்து
தீர்த்துக் கொள்ளும் வலிகளுக்காகவோ,
ஒற்றைச் சொல்லிற்காகவோ,
பொருளிற்காகவோ,
தலைப்பிற்காகவோ
தன் இருப்பதைத் தெரியப்படுத்துவதற்காகவோ,
பதிலுக்குத் தன் கணக்கைத்
தீர்த்துக் கொள்வதற்காகவோ,
சில நண்பர்களுடன் தன்னை
பரிட்சயப்படுத்திக் கொள்வதற்காகவோ
இருக்கலாம்...

எனினும்
எனக்கே எனக்காக
விட்டுப்போகும் அந்த
ஒற்றைக் குறியீட்டிற்காகவே
அடுத்த கவிதையோடு
நானும்...

●

தொடரி

இதுவே கடைசிச் சொல்
இறுதிச் சந்திப்பு என்று
கைவிடப்பட்ட
அந்த ஒற்றைப் புள்ளி
ஸ்வீகரிக்க ஒப்பாத ஒப்பந்தமாக
எங்கேயோ மீண்டும்
புதிதாய்த் துளிர்க்கிறது.

இன்னும்
இரண்டு துளிப் புள்ளிகளை வைத்து
தொடரியாகத் தொக்கி நின்று
விடுபட்ட எதையோ சொல்லி
ஒட்டவைக்கிறது.

தெளிவுபடுத்திக் கொள்ள முடியாத துருவங்களாய்
பேச்சிலும், பார்வையிலும், பதிலிலும் சற்று
தூரத்தை வைத்து விலகி
பெற முடியாத தெளிவை
எதிர்பார்க்காத திருப்புமுனைகளில்
சிலர்
உதிர்த்துவிட்டோ, உணர்த்திவிட்டோ போகலாம்.

சில உறுத்தல்களின் விடை
நம்மிடமிருந்தே தொடங்கி இருக்கலாம்.
சுட்டிய இடங்களில்
அந்த நொடிகளிலேயே
உழன்று சுற்றுகிறது மனது.
குற்ற உணர்ச்சியும்
குறைபட்ட எதிர்பார்ப்பில்
ஏற்பட்ட வலியுமாய்.

கைகோர்க்க முடியாமல் தடுக்கிறது
எங்கேயோ எனக்குள் ஒளிந்திருக்கும்
என்னை விட்டுக் கொடுக்க முடியாத
தன்மானம்.

உன்னிடம் தாழ்ந்து போகமுடியாமல்
முறுக்கிக் கொள்ளும் உணர்வுகள்.
உனக்கும்
இதே அவஸ்தைகள் இருந்தாலும்
என்னிடமிருந்து முரண்பட்ட நீயே
முன்னுக்கு வந்து
எதையேனும் சொல்லி உடைத்துவிடு
முட்டுக்கட்டைகளை.

அதே தொனியில்
என் பெயரை உச்சரித்தாலே
சமரசத்திற்கான அழைப்பு தான்.

தொடரும் ஒத்திகைகளில்
முந்திக் கொள்வது
நீயோ? நானோ?
யாராகினும்
தொடரியாகட்டும்
நம் உறவு.

●

கனவுப்பிரதிமை
விஜி வெங்கட்

சகடம்

நானே அறியும் முன்னே
வென்றாய் நீயும் என்னை
கோழைக் குவியலுக்குள்
வெல்லா வீரனென
ஆசைக் கசடுகளில்
நிறைந்தாய் திரவியமாய்.

மாய வனத்திற்குள்
மாயமான் கைப்பிடிக்குள்
வலிக்காமல் உனக்குள்ளே
சிறையிட்டாய் வலைக்குள்ளே.

உதிரும் இலைகளைப் போல்
தரை விழுந்த அகங்காரம்
தலை சரிந்து மாய்கிறது.
உருளும் சகடமென
ஏந்தும் அன்பிற்காய்
அச்சாணி தேடுகிறேன்
என்னில் நான் வாடுகிறேன்.

நிகண்டு

அர்த்தங்கள் வெவ்வேறாய்
புதுப் பார்வை வீசுகின்றாள்.
சொற்றொடர்கள் பல்வேறாய்
ஏனோ சொல்லாமல் போகின்றாள்.

பரிணாம மாற்றத்தின்
புதிதான சொல்போல
இதயத்து தேவதையின்
புரியாத சைகைகள்
உள்வாங்க இயலாத
உரசாத பார்வைகள்.

இசைக்காமல் இசையவைத்த
பொருள் இல்லாப் புரிதல்கள்
நிகண்டில் இல்லாத விளக்கங்கள்

பேரழகு

பற்றுதல் இல்லாமல்
ஊசலாடிக்கொண்டிருக்கும்
கயிற்றில் கலாபமாடி
குட்டிக் குட்டி வளையங்களாய்
நீர்த்தொட்டிக்குள் உடல் சிலுப்பி
பறைசாற்றுகிறது
மகிழ்ச்சியின் ஆரவாரத்தை.

கிராம்களின் பருமனோடு
காற்றில் மிதவையாய்,
பிடியில்லாத பட்டமாய்
உறுதியில்லாமல்
அத்தனை அசைவுக்கும்
ஈடுகொடுக்கும்
தளிரின் மேல் அனாயாசமாக
உட்காரும் அனிச்சமும்,
வராத வெயிலில்
காயக்காத்திருக்கும்
பருப்புகளைக் குத்திச் சரிபார்த்துச்
சுவைக்கும்
வானம் அளக்கும்
சிட்டுக்குருவி
இயற்கையின் பேரழகு.

●

தீவு

அடர் பனிக்குள் மறைகின்ற
நெடுமரத்தைப் போல
மூடிய இமைக்குள்
இதமாய் நான்.

நாணேற்றிய வில்லில்
எய்யப்படாத அம்பாய்
உன் கரங்களுக்குள்
கட்டுண்ட படியே நான்.

கோப்பைக்குள் நுரையாக
இதழோரச் சுவையாக
எனில் கரைத்து
உனில் வார்த்தேன்.

உள்ளுக்குள் நீ இருந்தும்
தள்ளித்தான்
நான் இருந்தேன்.

'தீ' வைத்துச் சென்றாயோ
தனித் தீவான
என்னுள்ளே...

●

முரண்

கண்டும் காணாமல்
அலட்சியப்படுத்தும் குறுஞ்செய்திகளையும்
கொன்றுபோடும் மௌனங்களையும்
வெளிவர யோசிக்க வைக்கும்
வெயிலையும்
விடுபட்ட புள்ளிகளுக்கு நடுவே
தடைபட்ட பிம்பமாய்க்காட்டும்
மழையையும்
தடுக்கிய கல்லையும்
வியர்த்து முகம் சுளிக்கும் போது
வருடாத தென்றலையும்
பிடிக்கவே இல்லை.

முரணாக
இயற்கையைச் சாடும்
சொற்களை சுமக்கிறேன்
உடன் வருகிறேன்
உன் எதுவும்
தடைபடாமல்...

●

எதிர் திசையின் விசை

எதுகை மோனைகளுக்குள்
ஒட்டாத சந்தம்
எய்த அம்புக்காய்
வளைந்தும் முறியாத வில்
மீண்டும் துளிர்க்கத் துடிக்கும்
உதிர்ந்த பூ
கை சேர விழையும்
தொலைந்த நட்சத்திரம்
எதிர் திசையின் விசையாய்..
அவள்
மனதிற்குள் விழாத
என் காதல்!

●

மனச் சிறகு

ஒரே இடத்தில்
மீண்டும் மீண்டும் உழல்கிறது,
அசைபோடுகிறது
உதிர்ந்த சொல்லையும்
உதிர்க்காத மொழியையும்,
விடுபட்டுப் பறக்க முயன்று
தோற்றுப்போகிறது.

தூரம் போகவிழைந்த
ஆசைகளோடு முட்டி மோதி
விடுபடமுடியால்
பேச்சு வார்த்தை நடத்துகிறது
விடச் சொல்லி.

இருட்டும் மழையும்
விடியாத தொலைதூர விடியலுக்கான
கூவலைக் கூவிப்பார்த்து
கேட்ட விடுதலை வார்த்தைகள்
சுவற்றில் அரைந்த பந்தாய் மீண்டும் திரும்பியது
எறியப்பட்ட இடத்திற்கே...

எந்தப் பதிலும் இல்லாமல்
முள்ளிலிருந்து விடுபட்டும்
வெளியேற முடியாமல்
மீண்டும் சிக்கிய இடத்திலேயே
மாட்டியிருக்கிறது
தானே பற்றிக்கொண்டு
மனச்சிறகு.

சொல்லாத காதல்

செல்லாதே இமைக்குள்!

சேர்த்த ஆசைகள்
கோத்தப் பூக்களாய்
சொல்ல ஏங்கினேன்.

கேட்காத தூது
இல்லாத பாதை
கானல் நீர் வேட்கை
காணாமல் போகிறேன்.

காற்றுக்குள் நீராக
உன்னோடு சேரத்தான்
சொல்லுக்குள் நோகிறேன்.

உள்ளுக்குள் வேகிறேன்
என் காதல்
சொல்லாமல் போகிறேன்.

அவள்...

இரவு பகலைத்
தனதாக்கி
மனித பாரங்களை
இனிதாக்கிச்
சுமக்கிறாள்...
கை, கால், மெய்களை
மானுடர்க்கு
இரவலாக்கியே..

இயற்கையின்
இத்தனை
மாற்றங்களிலும்
பழுதுபடாமல் சுற்றுகிறது
அந்த
'இயந்திரம்'...

அனாமத்தாக
அந்தரத்தில் விடப்பட்ட
உருளைக்குள்
உறவில்லா
நண்பனோ?
பகைவனோ?
அதன் உள்ளிருப்பே தான்...

நேரம் தாண்டியும்
பொழுதுகளையும்
உணவையும்
இயற்கையையும்
ஈபவள்...
தன்னைக் காயப்படுத்தும் பகைவனையும்
சுமக்கிறாள்
'பூமியாக'.

●

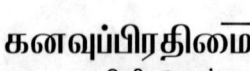

முடிவுறாக் கனவு

எழுதிக் குவிந்துகிடந்த காகிதங்களோடு
எண்ணற்ற எண்ணக்குவியலாய்
உழன்றும், கடிந்தும், வடித்த சொட்டுக் கண்ணீரோடும்,
மகிழ்ந்தும், முகிழ்ந்துமாய் தவிக்கிறேன்
ஒரு துளி எண்ண வெளிப்பாட்டிற்காய்
பாரங்களைச் சுமந்து
மீண்டும் பிறக்கிறேன்
கனவுகளாய்
கற்பனையில் திளைத்த
காகிதக் குப்பைகளில்
முடிவுறாத கனவாய் நான்.

அவளை அப்படியே விட்டுவிடுங்கள்

அவளை அப்படியே விட்டுவிடுங்கள்
அகந்தையின் மாயைக்குள்
தேடாதீர்கள்
பிணைத்துக் கொண்ட இரும்பு
வளையத்திற்குள்
இருக்கிறாளோ இல்லையோ
பாதுகாப்பாய் இருப்பதாய் அவள்.

வளைந்தோ, நெகிழ்ந்தோ
கொடுக்க முடியாத
புதிராகவே அவள்.
முதுகெலும்பில்லாத பின்புலம்
அவள் வலிமையில்லா மென்புலம்
அவளை அப்படியே விட்டுவிடுங்கள்.

நெருப்புக் குளிக்காத தங்கமாக
பூமிக்குள்ளேயே இருக்கட்டும்.
திருத்தப்படாத சுவனங்களாக
உளிபடாத கல்லாக
அவள் அப்படியே இருக்கட்டும்.

சில பாலின அகந்தைக்கு
நவகண்டமாகாமல்
அவள் அப்படியே இருக்கட்டும்.

அரிச்சுவடியிலிருந்து அகற்றப்பட்ட அறம்
தலைமுறை கழிந்தும் மாறாத இடர்பாடுகள்
அவள் அப்படியே இருக்கட்டும்.

அவளே அவளுக்கான
அரணாக அகந்தைக்குள்
விட்டுவிடுங்கள்
அவள் அப்படியே இருக்கட்டும்.

●

விருப்பம்

தினமும் உன்னிடமிருந்து
குறுஞ்செய்தியோ
புன்னகையோ
விருப்பக் குறியீடோ
வருவதேயில்லை.

நேரமின்மை என்று சொல்லிவிட முடியாது.
என்னை விட சிலாகிக்க
விருப்பமானவர்களுடன்
இத்தனையும் நடக்கத்தான் செய்கிறது.
கடந்து போவதால் பயனில்லை
நினைவுறுத்த
என் குறியீட்டை இட்டு விட்டுப் போகிறேன்
உன்னிடம்
விருப்பம் என்று.

●

இதுவும் கடந்து போகும்

உன்னிடம் பகிர்ந்து கொள்ளும் போது
'அப்புறம்' என்ற வார்த்தையோடு
கதையாகிப் போகிறது
சில வலிகள்...
வாழ்க்கையின் படிப்பினையாகவும்,
ஒரு படிக்கல்லாகவும்.

கேட்டு நகைக்கும் போதுதான் உரைத்தது
எதுவும் ஒரு பொருட்டே அல்ல
'இதுவும் கடந்து போகும்' என்று.

இது தெரிந்திருந்தால்
முன்பே சொல்லி இருப்பேன்
ஒரு குறுநகை
ஒற்றை ஆறுதல்
ஒரு குட்டி அன்பு
வாழ்க்கையை மாற்றியிருக்கும்.

'அவமானங்கள்'
ஒன்றுமே பெரிதல்ல
உலகத்து நிகழ்வுகளின் முன் என்று.

கைமாறிப்போனது

புரியவில்லை உண்மை நிலை
விளங்கினும் ஏற்க
ஏனோ பிடிக்கவில்லை
தடயங்கள் காட்டியும்
நம்பத்தோன்றவில்லை
குத்தியது நீ என்று
மனம் ஏற்கவில்லை.

கண்ணில் தேட வாய்ப்புகள்
வேண்டி உன் வரவுக்கான
காத்திருப்புகளோடு
உச்ச வலிகளில்
மிச்சமில்லாமல் நான்.

காற்றுக்கும் மறைவான
ஓரிடத்தில் மறைத்து வைத்த
காதலுக்குத் தெரிந்ததெல்லாம்
உனக்கேனோ புரியவில்லை.

களவாடவிடாத காவலென
பருவக் கதவுகளில்
காய்ந்து உறைந்ததிலே
மரத்தும், விறைத்தும்,
மழுங்கியும் போனதில்
வெளியில் தெரியாமலோ,
சொல்லாமலோ போனதில்
கைமாறிப்போன காதல்
வலுவிழந்து வீணாகிப்போனது
இல்லாமல் எனக்கு...

வேசக்காரனின் வேசம்

நுரைபோட்டும் போகாத கறைகளாய்
முகபாவம் மட்டும் வழுக்கிக்கொண்டே
சலவை செய்கிறது மூளையின் மூலைமுடுக்குகளை.
வெந்தும் தணியாத வீரியமாய்
கனன்று கொண்டே ரத்த நாளங்கள்.

கதைகள் கதைக்காத எதையோ
சொல்லாமல் சொல்லி
தின்று விழுங்கித்
தளும்பிய குரல்வளை.
சொல்லக் கூடாததை சொல்லிவிடக் கூடாதென
மென்று முழுங்கிய எச்சில் உருண்டை..

விசனங்கள் எல்லாம் வசனங்களாய்,
வர்த்தமானங்களாய் நீண்டு,
துவண்டு, மீள்கின்றன.

சிலரால் புரிந்து கொள்ள முயன்ற,
முடியாத உணர்ச்சியும், நடனமுமாய்
யுவதியரும், மூப்பரும் துதிபாட..

இல்லா அரண்மனைக்கு
வேசத்துக்கு ராசாவாய், வசனத்துக்காய்..
சூளுரைத்து, மார்தட்டி, சொல்வீசி,
ஒப்பனையிட்ட அரிதாரத்தையும் மீறித் திரண்ட
வறுமைக் கோட்டின்
இருண்ட நிறங்கள்
தடைமீறி அவை விழுந்த
விழித்துளிக்கும்
சேர்த்தே அதிர்ந்த
அரங்கத்தை மீறிக் கதறியது
வேசக்காரனின் வேசமில்லா
'வயிற்றுப் பசி.'

●

இயலாமையின் பிரதிநிதிகள்

கழிந்து போன கடன்களும்
கூட்டிப் பார்த்த விலைப்பட்டியலும்
நெகிழ்ந்து கொடுக்காத
மாதாந்திர கையிருப்புக்குள்
தொலைந்த கனவுக்குப்பிகளாய்
வெற்றுத் தாளில்
மௌனக் கிறுக்கல்.

இமை மீறிய வறுமைக்கோடுகள்
உபரிகளாய்க் கரைமீறும்
வெறுமை முத்துக்கள்
இயலாமையின் பிரதிநிதிகள்.

●

புறந்தள்ளு

அப்படியே பின்தொடர்ந்தால்
நகல் எடுக்கிறான் என்றார்.
வேறு பாதையில்
முன்னேறிச் சென்றால்
சொல்லவில்லை பார்
சுயநலம் என்றார்.

சிரித்துப் பேசினால்
காரியம் சாதிக்கவென்றார்.

மௌனமாக இருந்தால்
அதிகம் தெரியும் என்ற திமிர் என்றார்.

எப்படிப் பேசினாலும்
சாடுவோர் சாடுவார்
நட்பு நாடுவோர் சேருவார்.

வாய்தாக்கல் வாங்கித் தொடரும்
நீதிமன்றங்களாய் வளர்க்கப்படுகிறது உறவுகள்.

எது எப்படியோ
அதை அப்படியே ஏற்கும் இயல்பில்லாமல்.

உலகச் சாவடிகளில்
குறைகள் மட்டுமே கேட்கிறது செவிகளில்.

நடைமுறையிலேயே இல்லாத நிறைகளாய்.

காயங்கள் பெரிதாகுவதில்லை
மெதுவாகப் புன்னகையோடு
தொடர்கிறேன் மீண்டும்
இலகுவாகிறேன்.

ஜீரணிக்க இயலாத பொய்களும்
சில நிராகரிப்புகளும்
சில தூண்டுகோல்களால் தூண்டிவிடப்படுகிறது
சிலரால் தூக்கிவிடப்படுகிறது
அன்பாகவும், நம்பிக்கையாகவும்
புதிதாய்ப் பிறக்கிறது தன்னம்பிக்கையாய்.

●

உன்னோடு நான்...

என்னைப் பார்த்துக் கொண்டே இருக்காதே
தனியாக விடு
அன்றாடத்திற்குள் நுழைய வேண்டும்.

என்னைப் பின் தொடராதே
என் பாதையில்
நான் செயல்பட வேண்டும்.

பேசாதே
என் கருத்தில்
நானே பேச வேண்டும்.

என்னுள் வராதே
உன்னோடு நான்
வாழ்ந்துகொண்டு தான் இருக்கிறேன்.

●

நிதர்சனம்

கடல் அலைகளுக்கு மட்டும்
தெரிந்திருக்கிறது..

சென்ற அலையிலிருந்து
மீண்டு மற்றுமொரு அலை
துள்ளி வருகிறது
பெரிதும், மிகப் பெரிதும்
மேலே மட்டும் எழும்புகிறது
கீழ் இறங்கினாலும்
மீண்டும் எழலாம் என்று.

கொஞ்சம் மண்ணை வாரி இழுத்து
வேறு மண்ணை வேறு அலை நிரப்புகிறது
மனிதர்களின் நிலை உணர்த்துகிறது.
போவதெல்லாம் வருவதற்கும்
மீள்வதற்கும் எழுவதற்கும்
தான் என்று ஆர்ப்பரித்து
உள்ளுக்குள் வைத்திருக்கிறது
பேரமைதியை ஆழ்த்தி ஆழமாய்.

ஆர்ப்பரிக்கும் மனம்
ஆழ்ந்து அமைதியாதலே நிலையென
உள்ளதைச் சொல்ல காலை வருடி
தன் உள்ளேயும் வெளியேயும்
காட்டுகிறது நிதர்சனத்தை
விஸ்வரூபமாய்...

விருது நீயானால்...

வேண்டாமென வெறுக்கும்
சிலர் அன்பு
அழகான நினைவையும்,
ஆழமான காயத்தையும்,
அற்புதமான அனுபவத்தையும்
விட்டுக் கொடுக்க முடியாத
வெற்றியையும்
பிடிவாதமாகத் தந்து
ஜெயிக்க வைக்கிறது
என்னை
கூடவே
உன்னையும்..

களம் எதுவாயினும்
விருது நீயானால்
வெல்வது நானாக மட்டும்.
ஆணிகளாய்
இதயச் சுவரில் நீ
அடித்ததை விட
எதுவும் இல்லை வலி.
துச்சம் தான்.

மறந்து போகிறது
நாகரீகம்
சமூகம்
ஏழாம் அறிவிலும்,
இரண்டாம் உலகிலும்
நீ மட்டும்.

●

புதிய பூபாளம்

நிர்வாண பூமியில்
அலங்கார ஒப்பனைக்காய்
நடவு செய்யப்படும்
இத்யாதிகளின் இதிகாச வரைபடம் அவள்.?

பிறப்பிலிருந்து காவியம் வரை
படைக்கும் எழுதுகோலின்
பாடுபொருள் சொட்டுக்களுள்
உன்னுள்
நனைந்தும் நினைந்துமாய்
தன்னுள்
செதுக்கும் சிலையும்,
கிழிந்த காகிதமாய்
தேடுதலில் தொடங்கும்
உலகத்தேவை
அவள்...

சிகரத் தொலைவுகளில்
முந்தியும் பிந்தியும்
மானுடச் சிறகுகள் விரிக்கும்
கனவுகளின் உந்துதல்
அவள்...

வலிகளுடன் உலகம் பிறப்பிக்கும்
நிரந்தரமில்லா அழுகைகளும்
விரல் சொடுக்கும் பொழுதில்
வியப்பை வார்க்கும்
இறையின்
பிரபஞ்ச மாயைக்குள்ளும்
புலப்படாத பாரபட்சங்களில்
பொய்யில்லாப் பிறப்பில்
எதையோ தேடும்
நாகரீகப் பார்வையில்
தொலைத்தது....
அவளின் முகம் மட்டும் தானா?

தாரகைகள் சரித்திரம்
படைக்கும் வரை காத்திருப்போம்..

படைத்தவளின் விடியலுக்காய்
இதோ..
'பாமரனின் புதிய பூபாளம்.'

●

மண் உருண்டை

வாய்ப்புகளின் வழிகளை
அருகில் விட்டும்,
கடந்தும் செல்கிறது
உனக்கான உந்துதல்களை
உள்ளே உருட்டி மாயமாய்..

அழகாவதில்லை
தீர்வில்லாச் சிக்கலும்
சிக்கலில்லா வாழ்க்கையும்
இருப்பதில்லை.
இல்லாமல்
தீர்த்துவிட்டுப் போகிறது
சொல்லித் தெரியாத,
சொல்லாத ஆசைகள்
தொலையாமல் காக்க
கனவுகளை பிரதிபலிக்கிறது
சில வருடல்களோடு
மண் உருண்டைகளை
கோபுரமாக்கி
அந்த 'மாயநதி'.

●

கள்ளம்

உள்ளுக்குள் குறுகுறுக்கிறாய்
ஏதோ சொல்ல முடியாத
சமூக இடைவெளிகளில்
வெளிக்காட்டியும் காட்டாமலுமாய்
இதமாய் நெருடிய
ஜ்வாலைகளின் சாடைத் தீக்குள்
உள்ளிருந்தும் தெரியாத
நீர்த்துளியாய் நான்.

தேடித் தேடி
கலைத்துப் போகிறது மனம்
மட்கிப்போகத் தெரியாமல்
காட்டிக் கொடுக்கிறது
பார்வை நெகிழுதலை.
அந்த மிருகம் பின்இழுத்துத்
தொடர்கிறது 'காதலாக'.

கொஞ்சமோ பாதியோ இல்லாமல்
மொத்தமாய் தூக்கிச் செல்கிறது
இரைதேடிய பருந்தாக மனம்.

கள்ளத்தனத்தின் உச்சத்தில் நான்
நீயுமாய்...

கடிகார ஆரூடம்

ஒட்டடை சூழ்ந்த
கடிகார முட்களில்
நின்று போனது 'உலகம்.'
மணிக்கொருமுறை
அடித்த அலாரம்...
மனிதத் துளிகளின் வேற்றுமை
வெறுத்து மௌனித்தது.

பழைய நேரம் புதிய நேரம் என்ற
பாகுபாட்டுச் சந்தையில்
நகராத நேரங்கள்
முரண்டு பிடிக்கிறது 'முரணாக.'

வேலி போட்டுக் கொண்ட
பொழுதுகளில்
வேளை தவறாத பசி மட்டும்
விழுங்காமல் விழுங்கியது.

ஊடுருவிய நுண்கிருமியால்
பழுதானது 'கோளம்.'

●

பரமபதம்

அந்த அர்த்தமற்ற பேச்சின்
ஒவ்வொரு முடிதலும் புரிதலும்
சண்டையிலேயே முடிகிறது.
ஒவ்வொரு சொல்லாடலின் முடிவிலும்
என்னைப் பற்றிய
உன் எண்ணங்களை
தெரிந்து கொள்வதற்காகவே சண்டையிடுகிறேன்
இல்லாத கோபத்தோடு.

முடிவு பெறாத இடங்களை
மீண்டும் தொடங்க விழைகிறேன்.
விதண்டா வாதங்களை
உருட்டி விளையாடுகிறேன்
எதுவாகினும்
உன் பதிலில் சுகிக்கிறேன்.

பரமபத பாம்புகளாய்
பரம்பரை விரோதிகளாய்
உன்னால் விட்டெறியப்படும்
சொற்களும், அலட்சியங்களும்
முட்டிப் பார்க்கத் தூண்டுகிறது.
பாம்பாட்டியின் யுக்தியோடு
போட்டிக்கான களத்தில்
உனை ஆட்டுவிக்கத் தோன்றுகிறது.
எனினும் முடிவுறாத புள்ளியாய் நீ
தாயமாய் நான்.

என் கண்மூடித்தனமான
முடிவுகளுக்குள்ளே
நடக்கும் நேர்மறை, எதிர்மறை
வாதங்களில் இலைமறையாக
உன்னை மட்டுமே ஜெயிக்க வைக்கிறேன்.

இரும்புப் பிடியோடு
அடுத்த நகர்வுக்கான தேடலின்
உச்சியில் நாட்டுகிறேன்
ஆசையின் நிறத்தை.

ஏனோ வலிக்கவில்லை
குத்திய தங்க ஊசியாய் நெருடினாலும்
கண்ணைச் சுற்றிய வளையங்களுக்குள் பார்வையாய் நீ.

விடாப்பிடியாய் முன்னெடுக்கிறேன்
அத்தனையும் களையெடுக்கிறேன்.
அரவமாய் நானே தலையெடுக்கிறேன்.

எனினும்
ராவணத்தலை அத்தனையும்
உன்னடியிலேயே தோற்கிறேன்.

இயலாமையின் கோபுரங்கள்
எட்டுத்திக்கும் விழுகிறது
தரையோடு படிகிறது
நிழலாய் நானும்.

●

குட்டிக்கிருமி

முடிந்தது என்று
ஆசுவாசப்படுத்தும் முன்பே...
இரண்டாம் பாகத்தின்
கதவைத் திறந்தன மரண அழைப்புகள்...

முடியும் நேரத்தில்
தொடரும் தொடர் வண்டிகளாய்..
இழுபறியில்
பின்னிழுத்துச் சுழற்றும்
காலச் சக்கரங்களாய்...
வட்டக் கோலத்தின் ஒன்றுவிட்ட
உறவுகளில்...
ஒன்றையும் விடாத
காலனின் காலடியில்..
அகங்காரத் தலை.
குட்டிக் கிருமி
எடுத்த களை!

எனினும்...
ஏனோ உருண்டது
பாண்டியனின்
பரம்பரைப் பிழையாய்
தேசப்பரதேசியும்
அன்னாடங்காட்சியுமே...

எங்கள் தாய் மண்ணின்
முகவரிக்குக் கமா போட்டளந்த
வாமன அடிகளில் மூழ்கிய தென்னவோ
பசியில் சிசுவும்
கண்ணீரில் தாயும்!

●

விதைகள்

தனிமையில் நடைபயிலுகிறேன்
ரசிக்க முடியாத தூரங்கள்
முடிவுறுவதாயும், முடிவுறுவதற்காயும் பிரார்த்திக்கிறேன்.

அந்த நட்பின்
காலடி அரவம் கேட்கும் வரை மட்டுமே.
அனைத்துச் சுமைகளையும், துயரங்களையும்
உன் கரங்களோடும், இதயங்களோடும்
தூக்கிச் சென்று
புதிதாய் ஒரு உலகில்
எனை பிறப்பிக்கும் உன் வரவால்
நகராமல் எனில் இடம் பிடிக்கிறாய்.

உறவுக்குள் ஒன்றாய்
சான்றிதழ் இல்லாப் பிறப்புகளாய்
உடன் வருகிறாய்.
எதையும் விடுகிறாய்
நட்புக்கான விதை மட்டுமே நடுகிறாய்.
துளி துளிர்க்க
சருகாகிறாய்
காலடி மிதிபட்டும்
உரமாகிறாய்.
யாதுமாய் நீ.

சில நடுத்தெரு சாணங்களை
எதிர்ப்பின்றிக் கடக்கச் சொல்கிறாய்.
மிதி பட்டாலும் விடச்சொல்கிறாய்.
உடன் இருப்பதால் தான்
உயிர்க்கட்டை இருக்கிறது
இன்னமும் உயிர்க்கிறது.
பின்னூக்கியாய்
தீர்மானங்களில் நீ
தீர்க்கமாய் நான்...

●

களவு

திசை பார்த்து
கிழமை பார்த்து
நாள், நட்சத்திரம் கேட்டு
இந்த அளவில்
இத்தனை பெரியதில்
இப்படி வளைவில்
அந்த ஓவியத்தை
கைக்கடிக்காத பட்ஜெட்டுக்கு
சரி செய்யப்பட்ட கணக்காய்
தகர்க்க முடியாத
கதவைச் செய்யும்
தச்சனுக்குத் தெரிவதில்லை
களவாடிகள்
புத்திசாலி என்று.

முதற்படி

தப்பிய ஆயிரம் குறிகளில்
தப்பாத குறிக்கோளாய்
உள்ளே நீ.

ஊக்குவிக்கிறாய்,
ஜெயிக்கவைக்கிறாய்,
அறிமுகம் செய்து கொள்கிறாய்
ஒவ்வொரு நொடியும்
முதல் சந்திப்பில்
பார்த்தது போலவே
மென்று தொலைக்கிறாய்.
ஆணவம் களைந்து வெல்கிறாய்.

இதயக் கதவை
கண்களில் திறந்து மூடுகிறாய்.

இழக்க வைக்கும்
தோல்விகளிலிருந்தும்,
வார்த்தைகளிலிருந்தும்
ஈர்க்கிறாய் உன்னுள்.
நீட்டிய கரம் முழுக்க
இழுத்து முதல் படியில்
நிற்க வைத்து நிலைக்கிறாய்
வெற்றியாய் என்னுள்.

●

வேலை

மிடறுகளில் மாட்டிய
வெள்ளை
பச்சை
சிவப்புமாயிருந்த
உருளை
வட்ட வடிவ மாத்திரைகளை
விழுங்கிய படியே...
பெரிய கடாயில்
தாளித்து வறுபடும்
மைக்ரோ இடைவெளியில்
வழிந்த வியர்வை
குழம்பில் சிந்தக்கூடாது
என்பதற்காகவே
நேரமின்மையிலும்
வழித்து எடுக்கப்பட்டது
அழுக்குத் துணியின்
கிழிசலில்லாப் பகுதியில்.

வேகுதலில் அடுத்தடுத்து உயிர்த்த
முத்துக்களைத் துடைக்க
கச்சையை
சொருகவோ, பிடிக்கவோ
இடமும், நேரமும் இல்லாமல்
கவனமாகக் கைவிடப்பட்டது
ஈரத் தரையில்.

கொதி நிலையில் அடிப்பிடிக்காமல்
மீண்டும் மீண்டும்
கிளறிவிடப்பட்டது
ராட்சசக் கரண்டிகளால் கூட்டு.
ரசத்தின் பக்குவம்
முகர்ந்தே ருசி சரிபார்க்கப்பட்டது.

கரண்டி பிடித்துக் காரக்குழம்பும்
கண்பார்த்து குருமாவும்
கார, உப்புக் கணக்கை
ருசி பார்த்த வாசமுமாய்...

மனைவியின் அறுவைச் சிகிச்சைக்குப்
பணம் கேட்ட கந்தசாமிக்கும்
கை நழுவிய வெந்நீரில்
உடல் வெந்துபோன கருப்பசாமிக்கும்
நிலுவையில் தொக்கி நின்ற பாக்கியுடன்
உபரிகளுக்கான பணத்தை
எப்படிக் கேட்பது முதலாளியிடம்
என்ற ஒத்திகைகளுடன்
பரிமாறிய உணவில்
உப்பு அதிகம் என்று
வாடிக்கையாளர்
விட்டெறிந்த தட்டோடு போனது
மானமும், வேலையும்.

●

உன் முன் நான்

வருட மாற்றங்கள்
மாறியும், மாற்றியும் உருமாறிக்கொண்டே
அவை, அது, எதிலும் மாறாமல்
உடன் நீ மட்டும்.

மறக்கவோ, மறுக்கவோ
முடியாமல் மருந்தாய்
காயத்தில் இதமாய் நீ.

உன்னைப் பேசாத இடத்தில்
இல்லாத தேவையாய்
சொல்லாத செப்பேடாய்
ஒப்பில்லாக் குறியீடாய்
சங்கிலிக்குள் இதயமாய்
துடிக்கிறாய் எல்லாமாய் நீ.

வெறுப்புக்கு ஒதுக்கும் பலர் முன்
விருப்புக்குள் அடங்கி வைத்தேன்
வேண்டாதவரும் வேண்டியவரும்
உன்னிடமிருந்தே
செய்யப்படும் முடிவாய்
இதயத்திற்குள் ஆலிங்கனமாய் நீ.

பனித்துளிக்குள்
உலக உருண்டையாய்
மறைத்தும் காட்டியுமாய்
உன் முன் நான்.

கடவுள்

செதுக்கிய
கண், காது, மூக்கிற்கு
ஒப்பனை,
இதழ் சிரிப்பு
போர்த்திய ஆடை, தாலாட்டு,
கரையாத பாதுகாப்பு
உடையாத நம்பிக்கை
அத்தனையும் தந்து வளர்க்கிறது
மண் பொம்மைக்குக்
கடவுளாகும் குழந்தைகள்.

உன்னில் உன்னுடன்

எனக்கே எனக்கான உலகத்தில்
உனக்காக ஒரு யுத்தம்
இல்லாத எதிரிக்காய்
பயிற்சிக் களத்தில்.

இருட்டில் தழுவும் தோல்விகளாய்
இதயத்துடன் ஸ்பரிசித்தும்
எப்போதும் இம்சித்துமாய்
இறந்து பிறந்து கொண்டிருக்கும்
அந்த நிமிடங்கள் மட்டும்
நீண்டு நிற்கிறது
இன்னும் உடன்
மனனம் செய்யாமலேயே.

மனதோடும் இதழோடும்
சில தேக்கச் சுழிகளுக்குள் மறைவாய்..
அடையாத வெற்றிக்கான ஆசையை
ரசித்துக்கொண்டே..

இதயத்தின் இறுதி முடக்கங்கள்
தொடக்கத் துடிப்புகள் போலவே
கம்பிக்குள் சிறகென
போரிடும் பறவையாய் .

நேர்மறைத் தேடலில்
சிந்தனைகளின் வலிமை தோற்றதில்லை.
உளவியல் மாயையில்
தொடங்கிய இடத்திலேயே
விழுங்கிய நம்பிக்கையாய்
கம்பளிப் பூச்சிகளாகவே
வெறுப்பைச் சம்பாதித்துக் கொள்கிறது
பார்வையிலும், பாதையிலும்
முட்டி மோதிய அதிர்வுகளில்
வானம் தொடும் வழிகள்.

எழுதுகோல் தந்த வலியில்
பிறக்கும் கருவுக்கான காத்திருப்போடு
கதையாய் நான்.

எழுத வா என்னை.
வெற்றிக்காய்
உன்னில் உன்னுடன்...

●

நீத்தல்

ஒற்றுப்பிழைகள், சந்திப் பிழைகள்
எதுவும் பிடிபடவில்லை
கருத்து என்னவோ
உனக்கு ஒரு கடிதத்தில்
வேண்டியவளாய் இன்னமும் நான்.

எப்போது உணர்கிறாயோ
அன்று, அப்போது
உடன் இல்லாமல் இருக்கலாம்
பகையாகவோ, நண்பனாகவோ
உனக்குள்ளும் நானாய்
வந்துவிட்டால்
எனக்கான வெற்றிடம் நிரம்பிவிடும்
உன் இதயத்தில்...

●

பெண் புத்தர்கள்

'போதி மரங்களின்' அடியில் அமராத
பெண் புத்தர்கள்
ஆசைகளைத் துறந்த
அமுதசுரபிகள்
எதையும் என்றும்
யாசிக்கத் தெரியாத
பரமாத்மாக்கள்
எள்ளலுக்கான 'மாக்கள்'...
சுமை சுமக்கும் சும்மாடுகள்...
சும்மா இருப்பதாய் சித்தரிக்கப்படும்
'வேலையில்லாப் பட்டதாரிகள்'
ஆட்டம் காட்டாத
அஸ்திவாரங்கள்...
எங்கள் குடும்பக்
'கல்கிகள்'...

●

சாயப்பட்டறை

கலக்கப்பட்ட கழிவுகளால்
கலங்கப்பட்ட வேளாண்மை
திணிக்கப்பட்ட லஞ்சத்தில்
திசை மாறிய நேர்மை.
ஆதியிலேயே அழிக்கப்படும்
பிரபஞ்சக் கருக்கள்.

விதைப்பது தீதெனில்
அறுவடை பஞ்சம் தான்
நிறைக்காது பசி.
நஞ்சென மண் நிறைந்தாலும்
நஞ்சைக்குத் தெரிவதில்லை
உயிர் மாளாமல் காக்கத்தான்
மாய்கிறது விடமுண்டு.

வெளுக்கிறது காயின் நிறம்
மண்பட்ட காயத்தை
குறைபட்ட தரத்தோடு
தலை சாய்கிறது நிலம் தொட்டு.

சோரம் போன மண்ணானது
சாயம் கலந்த மைந்தர்களால்
கலங்கியது அழுக்கான
ஆறுகளின் ஆற்றாமை.

●

குடி

சுப்பம்மாவின்
இட்டிலிக் கடையோடு
சுருங்கிய விழிக்குள்
குத்திட்டிருந்த கருகாத வெளிச்சமாய்
பருப்பு டப்பாவில் சிறுவாட்டுக் காசும்,
சேலை முனையில்
இறுக்கிய சில்லறை முடிப்பில்
கனத்த இதயச் சும்மாட்டை
இறக்கி வைக்கும் ஆசையின் அளவு
வளர்ந்து நின்றது
அளக்க முடியாத பாதத்தோடு சிறிதாக்கிய பூமிக்குள்
பெரியதாய்...

குலக்கொழுந்தின்
குவளை வாயில்
அந்நிய மொழி நிறைக்க
நீள்கிறது ரசீதாய் பீசுக்காகிதம்.
பிய்த்துப் போட்டுப் பேசும்
இங்லீசுக் கனவுக்குள்
அறுபட்ட திரைப்படச் சுருளாய்
சுருட்டி முடக்கி
உள் நுழைந்த சாராய நெடி
மிரட்டி மீண்டு
காலி வயிற்றில் கனத்துக் கனன்றது.

குறுக்கும் கோணலுமாய்
நெளிந்த நடை,
சுளிக்க வைத்த ஆட்டத்தில்
குடித் தலைவனின்
சிரசில் ஏறிய குடி
எலும்பு உடலின்
அரித்த செல்லுக்குள்
எதற்கோ விடுத்த அழைப்பாய்
சிவப்புத் திரவத் திட்டுக்கள்
குமட்டிக் கொண்டு உமிழ்ந்தது.

முடங்கிய மூச்சு
தராத சுவாசத்திற்காய்
எல்லா திசைக்காற்றுகளும்
முரண்டு பிடித்தது.
கடைசி இழுவையின்
அவஸ்தையோடு...

சொல்ல முனைந்தும்
இயலா விழிகள்
குத்திட்டு நின்ற
இறுதிப் பாதையில்
உதிர்ந்தன...

காலி சாராயக் குப்பிகளை
உருட்டிக் கொண்டிருந்த
மகனின் வெள்ளைச் சிரிப்பும்,
இருண்ட பாதங்களாய்
சரிந்த சுப்பம்மாவின்
விட்டில் கனவும்!

●

கிரியா ஊக்கிகள்

துலாக்கோல் பாரத்தில்
சலவை செய்யப்பட்ட
குருதிக்குள் நழுவியது
இதயத்தின் பக்கமாய் மூளை.

பலகீனத்தின் நரம்புகளில் வாசிக்கிறாய்
உன் கவிதை
எழுதுகிறாய் தலையெழுத்தை.

காலியான பாத்திரத்தில்
எனக்கான நிறத்தேடலோடு
தூரிகை தூவும்
வண்ண மழைக்கான
காத்திருப்பில் நான்.

இருப்பதுவும், இல்லாததுமாய்
பிரபஞ்ச இருப்புகள்
படுத்திய காலநிலைச் சூடுகளில்
மிருதுவாகவோ, கடினமாகவோ,
என்னைப் பிரதிபலிக்கும்
எனக்கான சாதகமாகவோ
மாறியோ, மாற்றியோ கொள்கிறேன்.
ஒத்திகைகளில்
வெற்றுப் பொருள் நிறைக்கும்
வெற்றிக் கோப்பைக்கான தேடலில்
பழகிக்கொள்கிறேன்
சூடிய வாகையில்
என்னை நிரப்பிக் கொள்கிறேன்.

தொடர் பயிற்சி, தந்திர
யுக்திகளில்
இல்லாத பற்றுதலாய்
ஒற்றை நம்பிக்கைப் பிடிக்குள்
போலிகளின் சூழ்ச்சி
இடையூறுகளிலும்
காந்தப் புலமாய் நீ.
வலசை போகாத
இணைகோடாய் நான்.

கிரியாஊக்கியின்
வெற்றித் தோட்டத்தில் முளைத்த
சரித்திரப் பூவாய்
உன்னால் நான்.

●

	படைப்பு பதிப்பகம் வெளியீடுகள்
2021	1. கனவுப்பிரதிமை - விஜி வெங்கட் 2. பேச்சியம்மாளின் சோளக்காட்டு பொம்மை - கா.சோ.திருமாவளவன் 3. இசைக்கும் வயலினுக்கு குருதியின் நிறம் - வலங்கைமான் நூர்தீன் 4. நிழலின் வெளிச்சம் - கடையநல்லூர் பென்ஸி 5. WATER AND VIRTUAL WATER - G.Leela 6. சிவனாண்டி - ப.தனஞ்ஜெயன் 7. சாம்பல் மேட்டில் அமரும் வண்ணத்துப்பூச்சி - ஆரூர் தமிழ்நாடன் 8. செம்மண் - சிபி சரவணன்
2020	1. இடரினும் தளரினும் - விக்ரமாதித்யன் 2. கன்னத்துப்பூச்சி - மணி சண்முகம் 3. நிறமி - ஆண்டன் பெனி 4. யமுனா என்றொரு வனம் - ஆண்டன் பெனி 5. காலநதி - ஆரூர் தமிழ்நாடன் 6. என்மனார் புலவர் - கரிகாலன் 7. தேநீரைக் கைதொழுதல் - மணி சண்முகம் 8. பெருஞ்சொல்லின் குடல் - மா.காளிதாஸ் 9. கவிதை அனுபவம் - இந்திரன் | வ.ஐ.ச.ஜெயபாலன் 10. புத்தனின் கடைசி முத்தம் - லக்ஷ்மி 11. நீந்தத் தெரியாத அய்யனார் குதிரை - வீ கதிரவன் 12. நோம் என் நெஞ்சே - கரிகாலன் 13. உதிர் நிழல் - கி.கவியரசன் 14. தனிமை நாட்கள் - பிரபுசங்கர் க 15. சிப்ஸ் உதிர் காலம் - கவிஜி 16. மணிப்பயல் கவிதைகள் - மணி அமரன் 17. கார்முகி - கோபி சேகுவேரா 18. சைகைக் கூத்தன் - முகமது பாட்சா

2020

படைப்பு பதிப்பகம் வெளியீடுகள்

19. பொய்மசியின் மிச்சம் - மதுசூதன்
20. ஆ காட்டு - மு.முபாரக்
21. முழு இரவின் கடைசித் துளி - ப.தனஞ்ஜெயன்
22. புத்தன் மீன் வளர்க்க ஆசைப்படுகிறான் - வழிப்போக்கன்
23. யாயும் ஞாயும் - ஜே.ஜே.அனிட்டா
24. THE LIBERATION SONG OF A WOMENS BODY - Dr.NaliniDevi
25. கெணத்து வெயிலு - காதலாரா
26. காலாதீதத்தின் சுழல் - ரத்னா வெங்கட்
27. பெண் பறவைகளின் மரம் - மதுரா (தேன்மொழி ராஜகோபால்)
28. நட்ட கல்லும் பேசுமோ - பிரேமபிரபா
29. நீ துளையிட்ட எனது புல்லாங்குழல் - ஜின்னா அஸ்மி
30. நான் உன்னுடைய துறவி - தி.கலையரசி
31. பழுத்த இலையின் அடுத்த நொடி - குமார் சேகரன்
32. நீளிடைக் கங்குல் - ராஜி வாஞ்சி
33. மைனாவை பேசச்சொல்லிக் கேட்பவர்கள் - ஜின்னா அஸ்மி (படைப்பு மின்னிதழ்களில் வந்த கவிதைகளின் தொகுப்பு)
34. 64 கட்டங்களில் தனித்திருக்கும் ராணி - ஷெண்பா
35. பச்சையம் என்பது பச்சை ரத்தம் - பிருந்தா சாரதி
36. ஏவாளின் பற்கள் - காயத்ரி ராஜசேகர்
37. உன் கிளையில் என் கூடு - கனகா பாலன்
38. கீரக்காரம்மா - முத்து விஜயன்
39. அக்கை - அழ ரஜினிகாந்தன்
40. அம்மே - சலீம் கான் (சகா)
41. ஹைக்கூ தூண்டிலில் ஜென் - கோ.லீலா
42. வாவ் சிக்னல் - ராம்பிரசாத்
43. புரவிக் காதலன் - 14 எழுத்தாளர்கள்
44. குடையற்றவனின் மழை - கா.அமீர்ஜான்
45. நெடுநல் இரவு - மௌனன் யாத்ரிகா

	படைப்பு பதிப்பகம் வெளியீடுகள்
2019	1. நம் காலத்துக் கவிதை - விக்ரமாதித்யன் 2. ஆரிகாமி வனம் - முகமது பாட்சா 3. எறும்பு முட்டுது யானை சாயுது - கவிஜி 4. சொல் எனும் வெண்புறா - மதுரா (தேன்மொழி ராஜகோபால்) 5. யாவுமே உன் சாயல் - காயத்ரி ராஜசேகர் 6. நீர்ப்பறவையின் எதிரலைகள் - குமரேசன் கிருஷ்ணன் 7. பொலம்படை கலிமா - ஜோசப் ஜூலியஸ் 8. நீ பிடித்த திமிர் - அகதா 9. இசைதலின் திறவு - ஜானு இந்து 10. மறை நீர் - கோ. லீலா 11. தேநீர் கடைக்காரரின் திரவ ஓவியம் - பிரபு சங்கர். க 12. எரியும் மூங்கில் இசைக்கும் நெருப்பு - நடன. சந்திரமோகன் 13. வேர்த்திரள் - சலீம் கான் (சகா) (பரிசுப்போட்டிக்கு வந்த கவிதைகளின் தொகுப்பு) 14. வான்காவின் சுவர் - ஜின்னா அஸ்மி (படைப்பு மின்னிதழ்களில் வந்த கவிதைகளின் தொகுப்பு) 15. இருளும் ஒளியும் - பிருந்தா சாரதி
2018	1. நீர் வீதி - ஜின்னா அஸ்மி (படைப்பு மின்னிதழ்களில் வந்த கவிதைகளின் தொகுப்பு) 2. பாதங்களால் நிறையும் வீடு - ஜின்னா அஸ்மி (பரிசுப்போட்டிக்கு வந்த கவிதைகளின் தொகுப்பு) 3. உயிர்த்திசை - சலீம் கான் (சகா) (பரிசுப்போட்டிக்கு வந்த கவிதைகளின் தொகுப்பு) 4. வெட்கச் சலனம் - அகராதி 5. சிண்ட்ரெல்லாவின் தூரிகை - குறிஞ்சி நாடன் 6. அசோகவனம் செல்லும் கடைசி ரயில் - அகதா 7. என் தெருவில் வெஸ்ட் மினிஸ்டர் பாலம் - கோ. ஸ்ரீதரன் 8. அஞ்சல மவன் - கட்டாரி 9. கடவுள் மறந்த கடவுச்சொல் - ஜின்னா அஸ்மி 10. கை நழுவும் கண்ணாடிக் குடுவை - கவி விஜய்
2017	1. மௌனம் திறக்கும் கதவு - ஜின்னா அஸ்மி (படைப்பு மின்னிதழ்களில் வந்த கவிதைகளின் தொகுப்பு) 2. நதிக்கரை ஞாபகங்கள் - ஜின்னா அஸ்மி (பரிசுப்போட்டிக்கு வந்த கவிதைகளின் தொகுப்பு) 3. உடையாத நீர்க்குமிழி - ஜின்னா அஸ்மி (பரிசுப்போட்டிக்கு வந்த கவிதைகளின் தொகுப்பு) 4. இந்தப் பூமிக்கு வானம் வேறு - ஆண்டன் பெனி 5. நிலவு சிதறாத வெளி - காடன் (சுஜய் ரகு) 6. இலைக்கு உதிரும் நிலம் - முருகன். சுந்தரபாண்டியன் 7. நிசப்தங்களின் நாட்குறிப்பு - குமரேசன் கிருஷ்ணன் 8. நினைவிலிருந்து எரியும் மெழுகு - ஆனந்தி ராமகிருஷ்ணன்